Pangil Sa Dilim

M.R. Combalecer

Ukiyoto Publishing

All global publishing rights are held by

Ukiyoto Publishing

Published in 2025

Content Copyright © M.R. Combalecer

ISBN 9789370090057

All rights reserved.

No part of this publication may be reproduced, transmitted, or stored in a retrieval system, in any form by any means, electronic, mechanical, photocopying, recording or otherwise, without the prior permission of the publisher.

The moral rights of the author have been asserted.

This is a work of fiction. Names, characters, businesses, places, events, locales, and incidents are either the products of the author's imagination or used in a fictitious manner. Any resemblance to actual persons, living or dead, or actual events is purely coincidental.

This book is sold subject to the condition that it shall not by way of trade or otherwise, be lent, resold, hired out or otherwise circulated, without the publisher's prior consent, in any form of binding or cover other than that in which it is published.

www.ukiyoto.com

Contents

CHAPTER 1	1
CHAPTER 2	12
CHAPTER 3	22
CHAPTER 4	32
CHAPTER 5	43
CHAPTER 6	55
CHAPTER 7	67
CHAPTER 8	77
CHAPTER 9	88
CHAPTER 10	101
CHAPTER 11	112
CHAPTER 12	124
CHAPTER 13	133
CHAPTER 14	145
CHAPTER 15	155
CHAPTER 16	165
CHAPTER 17	177
CHAPTER 18	188
CHAPTER 19	200
CHAPTER 20	214
CHAPTER 21	224
CHAPTER 22	234
About the Author	*240*

CHAPTER 1

MAY patay na namang natagpuan sa tabi ng itim na ilog.

Tumigil ako sa paglalakad sa gitna ng tulay para tanawin sa ibaba ang mga taong nagkakagulo sa tabi ng ilog.

Isang perpektong bilog. Dikit-dikit na mga ulo. Pagkatapos, sa gitna — bangkay.

Gusto ko sanang ilabas ang phone ko at kunan ng larawan dahil perfect sana ang picture nito pero iba ang sumagi sa isip ko.

Paano ba nagagawa ng mga usisero at usisera ang isang perpektong bilog at tamang distansya mula sa biktima. Parang nag-usap silang lahat at nagkasundo sa tamang lugar na dapat tayuan ng bawat isa. Naisip kong instinct na siguro ito ng tao, katulad ng instinct ng isang gagambang matiyagang gumagawa ng kanyang bahay mula sa kanyang sapot. Paikot ng paikot hanggang maging perpektong bilog.

Ganito rin ang nakikita ko ngayon. Sa labas ng bilog ay may ilang hindi mapakali, paikot-ikot, naghahanap ng magandang pwesto para makita ang bangkay. Habang ang iba naman ay nangandahaba na ang leeg na parang mga giraffe. Sana lang hindi sila mahipan ng hangin.

As usual, nasa unahan ang mga hindi magpapahuli sa balita: si Aling Tess, si Aling Julia, at si Aling Marichu.

Nakahaba ang mga nguso nila habang nagbubulungan. Namimilog pa ang kanilang mga mata. Nakatitig sila sa bangkay na parang mga ekspertong imbestigador. Nai-imagine ko kung anong ikakalat nilang tsimis tungkol sa biktima.

Drug addict kaya sinal-vage.

Rapist 'yan kaya pinaghigantihan.

May utang na malaki. Hindi nakabayad kaya itinumba. Miyembro ng sindikato. Maraming alam kaya pinatahimik.
Pulitika 'yan. Itinumba ng miyembro ng DDS.

Maaaring hindi ko sigurado kung anu talaga ang nasa isip nila. Pero isa lang ang natitiyak ko - kung anuman ang lumabas sa mga bibig nila malamang hindi 'yun totoo. Walang nagsasabi ng totoo dito sa slum area.

Walang umiiyak sa tabi ng bangkay. Wala ring bakas ng dugo sa damuhan kung saan ito nakahandusay. Ibig sabihin hindi ito nakatira dito. As usual, tinapon lang sa aming lugar.

Naging tapunan na ng mga patay slash pinatay ang lugar namin, ang slum area. Hindi ko alam kung bakit ang lugar na ito ang napipili nila palagi. Na-imagine ko tuloy ang isang advertisement sa diyaryo: KUNG MAY PATAY KA, ITAPON MO SA SLUM AREA! Siguro wala namang ganito sa dyaryo pero bakit kasi halos nagiging madalas na. Noong isang buwan lang, may nakitang nakabitin dito sa ilalim ng tulay. May karatula pa: "ADIK AKO. WAG TULARAN." May mga kumakalat tuloy na biro. Patay daw ang pangunahing produkto ng aming lugar bukod sa pagiging factory ng mga bata.

Paborito nilang tapunan ang itim na ilog. Hindi ko alam kung bakit. Sabi ni Kapitan, dahil daw palaging madilim sa tulay at sa ilog tuwing gabi kaya ganun. Pero kahit na alam niya ang dahilan, nakakapagtakang hindi niya pinalalagyan ito ng ilaw. Pag minsan hindi ko alam kung bakit siya naging Barangay Captain sa lugar na 'to.

Pinandidirihan ng mga tagarito ang itim na ilog. Kapag may mga batang gustong maglaro sa tabi nito, kahit sino ay napapasigaw. Pag minsan sabay-sabay pa nga.

Para itong sakit o kanser na nagpapahirap sa kanila pero ayaw naman nilang gamutin. Para itong isang masamang nakaraan na laging bumabalik sa kanilang alaala na ayaw nilang kalimutan. Panganib, sakit, at masamang imahe lang ang nakikita nilang magiging dulot nito. Pero nakakatawa dahil sila din naman ang may kagagawan kung bakit naging ganito ang ilog na ito.

Marumi ito. Mabaho. Sa tuwing dadaan ako dito lagi kong nai-imagine kung anong mga tinatagong lihim nito sa ilalim. Anong kasamaan ang pinagtatakpan ng maitim na tubig nito. May mga bangkay ba sa ilalim nito na hindi na lumutang at doon na nabubulok?

Malalim daw kasi ang gitna nito. Kung gaano kalalim, walang may alam. Sa bandang tabi nito, naipon ang lumot, plastic, lata, diaper, buhok, at hibla ng kung anu-ano pang nabubulok at hindi nabubulok na basura. Hindi ito matangay ng mahinang agos dahil kumapit na ang mga ito sa nakalubog na mga sanga ng nabubulok na kahoy. Kinamumuhian ko ang ilog na ito. Kinasusuklaman. Dito nalunod ang kaibigang kong si Samuel. Sa tuwing dadaan ako dito, lagi kong tinatanong ang sarili ko: Lord, bakit siya pa? Bakit hindi ako?

"Binaril daw sa ulo, Ben," sabi ng isang matandang tinig sa tabi ko.

Hindi ko napansin ang paglapit ni Mang Carding. Gulat akong napalingon sa kanya.

"Grabe nga po, Mang Carding," sagot ko pagsulyap sa kanya.

Nakita ko ang kulubot sa noo ni Mang Carding. Nakaguhit dito ang pag-aalala at pangamba. Kahit na ilang beses na siyang nakakita ng patay halatang hindi pa rin siya sanay. Naisip ko tuloy ang mga sundalong pinapadala sa gera. Sanay na rin ba silang pumatay at makakita ng patay? Sa palagay ko hindi. Kayanga pag-uwi nila may mga trauma sila. Sa palagay ko walang taong masasanay makakita ng patay at pumatay. Kapag nasanay ka, sa palagay ko, hindi ka na tao. Sa palagay ko, halimaw ka na.

Walang hangin sa paligid. Mainit na tanghali. Nakalugay ang puting buhok ni Mang Carding sa ibabaw ng pawisang noo. Humihingi na sila ng gunting.

"Iba na talaga ang panahon ngayon, Ben. Parang wala ng halaga sa ibang tao ang buhay," dagdag niya pagkatapos ay nagbuntong-hinga habang nakatingin sa kaguluhan sa ibaba namin.

"Kayanga po," sagot kong halos pabulong. Napatuon ang braso ko sa sementong harang ng tulay at naramdaman ang malamig na lumot nito. Bigla akong napatayo ng diretso. Gamit ang hawak kong towel, pinunasan ko ang narumihang bahagi.

"Ah eh teka," sambit ni Mang Carding habang palinga-linga. "Nasan ba 'yun pampasada mong tricycle? Sira na naman ba?" usisa nito.

"Ay opo. Na-flat po eh. Iniwanan ko po muna sa talyer at saktong tanghali na. Naisip kong umuwi muna at makapag-tanghalian," sagot ko habang kamot ang ulo. Naramdaman niya ang pagkadismaya ko.

"Hay naku. Sira na naman biyahe mo ngayon niyan ano? O eh pano dito na ko, Ben," paalam ni Mang Carding. Sumulyap muna ito sa patay sa ilalim ng tulay at pailing-iling na umalis.

"Sige po, Mang Carding," paalam ko naman.

Pinapaalis na ni Inspector Dizon ang mga usisero at usisera nang muli akong tumingin sa baba. Naulinigan ko ang malagong na boses niya kaya napatingin ako. May kumukuha na ng picture sa patay. May tatak na SOCO ang uniform ng photographer. Naisip ko kung ano ang buhay ng isang photographer ng patay. Nakakatulog ba sila ng mahimbing? Madalas ba silang binabangungot? Naisip kong imposibleng hindi nila mapanaginipan ang kanilang mga pinipiktsuran.

Mabilis napaalis ni Inspector Dizon ang mga tao sa paligid. May ilan na lang na mga tambay ang nakamasid sa malayo.

Bumalik si Inspector Dizon papalapit sa patay mula sa pagtaboy sa mga tao. Pagkatapos ay kunot-noong tinitigan ito habang nakapamewang. Kahit wala sa istura niya, alam kong naghahanap na siya ng ebidensya. Umikot ang tingin nito sa paligid at tumigil sa mga puno sa kabilang tabi ng ilog. Masukal ang bahaging iyon. Kapag umuuwe ako ng madaling araw, ito ang bahagi ng ilog na hindi ko tinitingnan. Pakiramdam ko may mga halimaw na nagtatago dito.

Napasobra yata ang pag-iisip ko tungkol sa masukal na gubat sa tabi ng itim na ilog dahil hindi ko namalayan na nakatitig na pala sa akin si Inspector Dizon. Parang sumisenyas siya na lumapit ako. Nakataas ang isang palad niya sa ibabaw ng kanyang mga kilay. Silaw na silaw siya sa sikat ng araw. Kinabahan ako sa titig niya. Parang nag-aakusa.

Wala namang kakaiba sa titig ni Inspector Dizon. Ayoko lang na tinitigan ako ng matagal. Nakakaramdam ako ng guilt. Habang nakatingin ako kay Inspector Dizon, pakiramdam ko ako ang pumatay sa biktima na ngayon ay iniimbestigahan niya.

Alam ko naman kung bakit ako ganito.

Noong elementary kami ni Samuel, nangako kami sa isa't isa na magkasama pa rin kami pagtapak ng high school. Pero hindi na namin natupad ang pangakong 'yon dahil kinuha na siya ng itim na ilog. Sinisi ko ang sarili ko sa kanyang pagkawala. Ako dapat ang kumuha ng bolang napadpad sa ilog. Hindi siya. Ako dapat ang nalunod. Hindi siya. Kaya pagtapak ko ng high school, sa tuwing may mawawalang lapis, papel, chalk, eraser, sa tuwing magagalit si Mrs. Reyes, sa tuwing may mag-iingay, may mag-aaway, may mangongopya, pakiramdam ko ako ang may kasalanan.

Hindi ko namalayang nakatikom na pala ang aking mga kamay habang nakatayo sa tulay. Sinubukan kong pakalmahin ang aking sarili. Dahan-dahan bumagal ang kabog sa aking dibdib pero hindi pa rin ako makahinga at bigla na akong inubo. Umatake na naman ang aking asthma. Dinukot ko ang aking inhaler sa bulsa at nagbuga ng dalawang beses sa bibig. Pumikit ako at lumanghap ng hangin. Gumaan ang aking pakiramdam.

Nakatitig pa rin sa akin si Inspector Dizon nang tanawin ko siya.

Talaga? Hinihintay niya ako?

Hindi ito maganda. Naisip ko. Nagsimula akong maglakad pababa.

Nang makarating ako sa ibaba ng tulay, pagliko sa kaliwa, kaharap ko na si Inspector Dizon. Nakatitig lang ako sa kanya. Nasa likod lang ang nakabulagtang bangkay. Nakaupo sa tabi nito ang photographer, si Sergeant Sales.

"Ben!" bati ni Sergeant Sales. Nakangiti. Kumakaway.

Pag minsan mabuti ring libreng pinasasakay ang pulis sa tricycle. Kung anuman ang pakay ni Inspector Dizon sa akin, at least, may kakampi na ko.

"Sir!" bati ko din kay Sergeant Sales.

Nakatitig lang sa 'kin si Inspector Dizon. Weird ito. Naisip ko. Naramdaman ko ang butil ng pawis sa aking noo. Lumapit siya sa akin at inakbayan ako.

Naramdaman kaya niya ang kaba sa aking dibdib?

Parang gusto ko ng amining ako ang pumatay kahit hindi naman. Na-imagine ko ang itsura ko. Mukhang guilty.

"Ben," seryosong panimula niya habang hila ako papalayo sa bangkay. Nakita kong mariing nakatitig sa amin ang mga tambay. Malamang iniisip nilang suspect ako.

Nai-imagine ko agad kung anong itatanong niya:

Nasaan ka kagabi?

Kilala mo ba ang biktima?

Alam kong madali lang sagutin ito pero kung bakas na bakas sa mukha ko ang guilt, hindi ko alam kung anong iisipin ni Inspector Dizon.

"Sir Dizon," halos pabulong kong sagot. Ayokong ipahalata sa kanya na kinakabahan ako. Hangga't maaari nga ay tunog ng hangin na lang galing sa bibig ko ang marinig niya.

"Ben, napansin kong madalas na naman kayong nag-iinom ni Jake," patuloy niya. Nakahinga ako ng maluwag. Ang akala ko ay isasalang na ko sa isang interrogation.

Bunsong kapatid ni Inspector Dizon si Jake, ang kaibigan ko ngayon. Kahit na malaki ang pagkakaiba ni Samuel kay Jake, halos parang si Jake na ang pumalit sa kanya. Nalilimutan ko si Samuel kapag kasama ko si Jake.

Hindi ako tumingin kay Inspector Dizon. Nag-isip ako ng isasagot. Napakamot ako sa ulo kahit na hindi naman makati.

"Ah eh pampatulog lang 'yun, sir," pilit-ngiti kong sagot. Napatingin sa akin si Inspector Dizon. Lumakas ang kaba sa dibdib ko.

"Okay lang kung pampatulog, Ben. Pero 'wag madalas ha. Kilala mo naman 'yun kapatid kong 'yun pagsobrang lasing na. Tsaka tulad ng sabi ko sa 'yo, pinatigil ko siya ng pag-aaral sa college para bigyan ng leksyon. Pinag-trabaho ko siya sa factory para maranasan niya na mahirap kumita ng pera lalo na kapag walang pinag-aralan. Ngayon kung lagi kayong mag-iinom eh baka naman mag-enjoy na siya. Na ge-gets mo ba, Ben?" paliwanag niya.

"Opo, sir," sagot ko.

"Okay. Good. Isa pa. Wag mo na kong tawaging sir. Best friend ka naman ng kapatid ko. Parang pamilya ka na rin sa kin, Ben. Okay? Pero kapag hindi lang kaharap si Chief ha. Okay ba?" Tinapik-tapik n'ya ang balikat ko. Sa una mahina pero palakas ng palakas. Pinisil na niya ito sa huli.

"Sige sir...ah kuya pala," sang-ayon ko.

"Good!" Tumalikod siya sa 'kin para humarap sa biktima na hindi pa rin ginagalaw ni Sergeant Sales.

Sumunod ako sa kanya at tumayo sa tabi niya para silipin ang patay. Kahit ilang beses na kong nakakita ng patay tumataas pa rin ang balahibo ko at umiikot ang sikmura. Nagpaalam na ako bago pa ako mahilo.

"Sir Sales...Kuya Dizon...una na po ako," mabilis kong paalam. Nang makalayo ako ng konti binunot ko agad ang asthma inhaler ko. Nagpusit ako ng tatlo sa bibig.

Tumawid ako ng kalsada at natanaw ko mula dito ang hanay ng mga kalawanging bubong paglampas lang ng basketball court. Bakante ang palaruan kapag tanghali. Bukod sa mainit, oras din ng kainan. Pero may ilang batang naghahabulan sa initan. Tumakbo papalapit sa akin ang isa habang habol ng isang mas malaki sa kanya. Natisod ito at muntik ng madapa kung hindi lang bumangga sa aking binti.

"Angel!" napasigaw ako sa gulat.

"Kuya Ben! Okay lang ako. Salamat kuya sa pagsalo," nakangiti niyang sagot habang nakayakap sa aking binti.

"Angel. Marian. Bakit naglalaro kayo sa arawan? Mag-aamoy pawis kayo niyan. Umuwi muna kayo. Pag wala ng araw tsaka kayo maglaro," utos ko.

"Okay po, Kuya Ben," sabay na sagot ng dalawang bata. Nagtatalon si Angel at Marian na parang dalawang rabbit papalayo sa akin.

Hinintay kong pumasok sa kanilang bahay si Angel at Marian. Pagkatapos ay pumasok ako sa isang eskinita. Nilulumot na ang pader sa magkabilang tabi nito. Wala kasing palitada at pintura ang mga ito. May kadiliman sa loob ng eskinita dahil sa mga nagpatong na mga bubong na yero ng mga makakatabing barung-barong. Masangsang na rin sa loob nito dahil sa nakabukas na kanal na dinadaan ng maruming tubig. Halos sing-itim na ito ng tubig sa ilog. Kahit matagal na akong nakatira dito, sumasakit pa rin ang ilong ko dahil sa tindi ng amoy.

Binilisan ko ang paglalakad. Bukod sa masamang simoy at init ay nakaramdam na rin ako ng gutom. Kumakalam na ang aking tiyan. Kahit di ko ma-imagine kung anong niluto ni Rufa, di ko mapigilan ang maglaway. Apat na bahay pa ang dapat kong daanan, pagkatapos ay isang liko pa sa kaliwa at iyon na ang aming bahay.

Lalo ko pang binilasan ang paglalakad. Wala akong nasa isip kundi masarap na ulam, kanin, at malamig na tubig. Tanghali na kaya't inaasahang kong halos lahat ng tao ay nasa kanya-kanyang bahay at ini-enjoy ng kanilang tanghalian. Sa oras na ito, pag-aari ko ang daan. Ako ang hari at walang sasalubong sa akin. Pero nagkamali ako.

Hindi ko agad nakita ang biglang pagsulpot ng isang lalaking naka-itim na jacket at natatakluban ng hood ang ulo. Nagka-banggaan kami at ako ay napasandal sa grills ng bintana ng kalapit na bahay. Hindi naman natinag ang lalaking naka-hood. Humarap ito sa akin na nakatungo at tila tinatago ang mukha sa loob ng kanyang hood. Umangal ito na parang tigre. Napa-urong ako at mabilis na tumalikod naman ang lalaki papalayo. Nang magsink-in sa isip ko ang nangyari ay bigla kong naisip: Naka-hood? Naka-jacket kahit tanghaling tapat? May ipit na dalawang bote ng alak sa ilalim ng mga braso?

Mang Greg! Naibubulas ko na lang sa sarili habang habol ang aking hininga dahil sa gulat. Mabilis kong inilabas ang asthma inhaler at nagpusit ng tatlong beses sa bibig.

CHAPTER 2

HINDI pa rin ako makahinga pagpasok ko ng bahay. Hindi ako makapaniwalang si Mang Greg ang nakasalubong ko. Sa biglang tingin, inakala kong hindi tao ang nakabangga ko kundi isang halimaw. Inangalan niya ako na parang isang gutom na tigre. At kung hindi ako pinaglalaruan ng memory ko, nakita kong nagliwanag ang mga mata niya dahil sa galit.

Hindi ako maaaring magkamali. Sigurado akong si Mang Greg ang nakabangga ko. Lahat ng nakita ko sa taong iyon ay kay Mang Greg ko lang nakita - nakasuot ng jacket kahit na tag-init, laging may saklob ng hood ang ulo (gusto raw ni Mang Greg na laging nasa dilim sabi ng mga kapitbahay), at laging may bitbit na dalawa o tatlong bote ng alak umaga man, tanghali, o gabi.

Nanginginig ang aking kalamnan. Namalayan ko na lang na mariing nakatuon na ang mga kamay ko sa gilid ng lamesa habang humihingal. Nasa kusina na pala ako. Dumiretso ako dito ng hindi nililingon kung may tao sa sala o wala. Ganito ako pag inatake ng aking asthma. Hindi ko na napapansin ang paligid at nagkakaroon ng gap sa aking alaala na parang mga butas sa isang palaman na keso.

Inabot ko ang baso sa aking harapan at sinalinan ng tubig. Lumagok ako. Lumuwag ang aking paghinga.

"Ben! Ben!" tawag ni Rufa mula sa salas. Ganito siya pag tumawag, kahit hindi emergency, akala mo may nangyari ng kung ano.

Kahit barung-barong lang ang bahay na inuupahan namin ni Rufa ay malawak naman ito. Kahit magsalubong kaming dalawa sa kusina o sa salas hindi kami magkakabanggaan. Alam kong nasa salas siya dahil katabi lang nito ang kusina. Pinaghihiwalay lang ito ng isang room divider slash shelves na may maliliit na mga kwadrong pwedeng pagpatungan ng kung anu-ano. May nakapatong ditong maliliit na piguring hugis-hayop, may mga halamang nakalagay sa maliit na masitera. Miniature plants daw, pagtatama ni Rufa sa akin minsan nang tawagin kong indoor plants ang mga 'to. Sa divider na ito rin niya nilalagay ang mga alahas niyang hikaw, kwintas, at mga sing-sing.

Binitawan ko ang basong hawak at nilingon siya. Bahagya ko lang nasilip ang mukha ni Rufa. Nakaharang kasi ang mga miniature plants at pigurin ng mga hayop sa aking harapan. Bahagya niya rin sigurong nasisilip ang aking mukha sa likod ng mga pigurin dahil napansin ko ang pag tagilid ng kanyang ulo para makita ako ng maayos. Naaninag ko ang silhouette ng isang babae. May kasama si Rufa sa salas.

Napakunot ako ng noo.

Sa tagal naming magkasama ni Rufa, ngayon lang siya nagkarooon ng bisita. Hindi ko alam na may kaibigan siya. For the first time, makakakita ako ng bagong mukha sa loob ng aming bahay. Pero hindi ko ito gusto. Hindi maganda ang pakiramdam ko kapag may nagbago sa nakasanayang kong routine. Dahan-dahan akong sumilip sa gilid ng divider. Lumabas ang kalahati ng mukha ko at malinaw kong nakita ang babae.

Tumingin siya sa akin pagkatapos ay ngumiti. Nagtama ang aming mga mata.

Call it daydreaming. Pero parang nakita ko na siya dati. Parang nakasama ko na siya. Parang nahawakan ko na ang kanyang mga kamay at parang nahalikan ko na rin ang mapula niyang mga labi. Hindi ko lang alam kung saan....

Sa isang panaginip ba? Sa isang malayong alaala? Sa isang nakalipas na panahon? Sa ibang daigdig?

Call it daydreaming. Pero parang dinala ako ng kanyang mga mata sa isang lugar kung saan malayo sa slum area...malayo sa dilim...malayo sa amoy ng mga kanal...malayo sa init ng mga kalawanging bungbong...malayo sa mga patay...malayo sa masukal na gubat...malayo sa itim na ilog...malayo sa alaala ni Samuel.

Inilipad niya ang isip ko kung saan hindi pa ako nakakarating. Bigla na lang lumakas ang aking pakiramdam. Sumigla ang katawan ko. Pakiramdam ko hindi na ako si Ben na hikain. Hindi na ako si Ben na walang pangarap at walang direksyon ang buhay.

"Hoy Ben! Wag kang bastos sa babae. Nakikipag-kamay sa'yo ang tao nakatunganga ka lang dyan!" ang malagong na boses ni Banjo. Nakaupo siya sa tabi ng nanay ko, sa tabi ni Rufa.

Hindi ko gusto si Banjo bilang boyfriend ng nanay ko. Ayoko siyang maging tatay-tatayan. Nasisira ang araw ko kapag nasa bahay siya. Hindi siya ang para kay Rufa. Hindi siya ang bagay para sa nanay ko. Isa siyang sanggano.

Marami siyang tattoo sa buong katawan na parang yakuza. Long hair. Undercut. Bakas sa katawan niyang nananaig na ang mga taba sa ibabaw ng natitirang niyang umbok na mga muscle. Para siyang isang karakter sa pelikula na nagsisiga-sigaan. 'Yun tipong matapang dahil miyembro ng isang sindikato pero kapag mag-isa na nababahag na ang buntot.

Hindi dahil sa itsura niya kaya tinawag ko siyang sanggano. Wala akong problema sa kanyang mga tattoo. Gusto ko nga ang tattoo niya at minsan na-imagine kong magka-tattoo ng kagaya niya. Pero sanggano ang ugali niya. Sinasaktan niya si Rufa. Mentally at physically, ina-abuse niya si Rufa. Alam ko. Kahit pa itago sa akin ito ng aking ina.

Pero ano bang magagawa ko? Anak lang ako. Kung sinong mahalin ni Rufa, wala ako sa posisyon para pagbawalan siya. Isa pa, malaki na si Rufa. Alam na niya ang kanyang ginagawa.

Hindi ko nilingon si Banjo pero malamang nakita niya ang pagbabago ng expression ng aking mukha. From daydreaming face to dream-fading face.

"Okay lang 'yun Kuya Banjo," sagot ng babae. "Kaya ko pa naman. Di pa ko nangangalay," natatawang dagdag pa ng babae.

Matured na ang boses ng babae. Parang boses ng DJ na madalas kong marinig sa radyo. Hindi masyadong malagong. Hindi rin masyadong matinis. Magaang pakinggan. Masarap sa tenga.

Napahiya ako nang mapansin kong nakatapat na pala ang kamay niya sa direksyon ko, naghihintay na saluhin ko.

Dahan-dahan akong lumabas sa likod ng divider. Pagtapat ko sa kanyang harapan ay hawak ko na ang kanyang kamay. Nakaupo siya. Nakatayo ako. Nakikipagkamay. Hindi man lang ako nakabati ng *'Nice to meet you'*. Awkward. Naisip ko.

Puro kalyo ang palad ko. Malambot at makinis ang sa kanya. Mainit na parang bagong lutong pandesal nang damahin ko. Hindi ako makatingin ng diretso pero nasulyapan ko ang balingkinitan niyang katawan.

Hapit ang suot niyang pantalon na jeans. Hubog dito ang mabilog niyang mga hita. Sleeveless ang suot niyang pang-itaas. Pantay ang pagka-puti ng balat niya mula sa braso papuntang balikat paakyat sa kanyang mukha. Oo. Parang laser scanner ang mga mata ko dahil sa bilis kong tumingin nang sulyapan ko siya. Sana lang hindi niya nahalata.

Napatitig ako sa mata niya. Tumitig din siya sa akin. Mabilis lang. Hugis almond ang kanyang mga mata. Matangos ang ilong. Naka-ponytail ang mahaba niyang buhok na kulay itim sa taas, pagdating sa baba nag fade ito sa kulay ginto.

Bata pa ang mukha ng babae - 25 to 28 ang tantya kong edad niya. Hindi nalalayo sa edad ko. Pinatatanda lang siya ng makapal niyang make-up. Sabi sa akin ni Rufa, maraming daya ang ginagawa ng mga babae sa kanilang katawan. Isa na dito ay ang make-up. Sabi niya, kayang-kaya ng mga babae na magmukhang bata o magmukhang matanda gamit lang ang make-up. Naisip ko na gusto sigurong magmukhang matanda ng babae sa harap ko. Si Rufa naman, gustong magmukhang bata sa make-up niya.

Napatingin ako kay Rufa. Di ko mapigilang ipagkumapara ang make-up nila.

"Ben si Maia. Maia si Ben," pakilala sa amin ni Rufa. Ginamit niya ang pagtango para ituro kami sa isa't isa na itsinempo niya sa bawat banggit ng aming pangalan.

"Hi, Ben!" nakangiting bati ni Maia sa akin.

"Hi," bati ko sa wakas habang nakatitig sa kanya.

Napansin ito ni Banjo na kanina pa pinagmamasdan ang bawat kilos ko.

"Oh, Tama na," awat ni Banjo. "Bitaw na ang kamay. Pag tumagal pa 'yan may bayad na 'yan," pasinghal na sambit niya.

Napatingin ako ng masama kay Banjo mabuti na lang hindi niya napansin. Hindi ko kasi alam kung nagbibiro siya o binabastos niya si Maia. Muli akong tumingin kay Maia at palihim na ngumiti bago marahang binitawan ang kanyang kamay. Umaatras ako ng isang hakbang mula sa kanya.

"Ikaw talaga Kuya Banjo. Wala naman tayo sa Club. Bakit naman ako maniningil," nakangiting sagot ni Maia habang ibinababa ang kanyang kamay sa sofa.

Napatingin ako kay Rufa. Nakita niya sa mukha ko na wala akong alam sa pinag-uusapan ni Maia at Banjo.

"Ah eh, Ben. Si Maia nga pala ang bagong staff sa Club. Bagong dancer. Kararating lang niya kagabi. Actually, naalala ko, pag nagkita kayo ni Jake pakisabi salamat sa pagtulong niya sa pagbuhat sa mga gamit ni Maia. Mabuti kamo napadaan siya dun sa apartment ni Maia," paliwanag ni Rufa. Ganito talagang magsalita si Rufa, pag may naalala bigla na lang isisingit.

Sa club nagtatrabaho si Rufa. Dancer siya. Truth to be told. Prostitute ang nanay ko. Pero hindi na siya nagsasayaw. Hindi na rin tumi-table. Graduate na daw siya dun. May edad na kasi. Siya na ang mamasan a.k.a. Club Manager. Manager siya ng club na may pangalang "The Club". *Di ba mamasan bugaw?* Natanong ko sa kanya dati. Sabi niya hindi siya bugaw. Nag cross-my-heart siya. Hindi naman daw nagbubugaw ang kanilang club ng mga babae. Bawal daw 'yun. Kung meron babaeng sumasama sa customer, labas na daw ang management don.

"Ituring mong parang ate si Maia, Ben," singit ni Banjo.

"Uy, kuya 'wag naman. Di pa naman ako ganun ka tanda. Magsing-edad lang yata kami ni Ben eh," natatawang tutol ni Maia. Nagustuhan ko ang sinabi niya. Kapag magsing-edad pwedeng maging compatible. Meron na kaming common ground. "May gf ka na ba, Ben?" patuloy ni Maia. Nakatingin siya sa 'kin. Nabigla ako sa tanong niya. Napatitig ako sa kanya na parang di ko alam ang meaning ng 'gf'.

"Gf?" tanong ko sana sa aking sarili pero biglang lumabas sa bibig ko.

"Gf. Girlfriend," ulit ni Maia.

"Ah eh wala," nahihiya kong sagot.

"Eh 'yun na nga ang point ko," si Banjo uli. "Wag mong liligawan si Maia, Ben. Kung ayaw mong pare-parehong magkaletse-letse ang buhay natin," mariing paalala ni Banjo.

"Tama na nga 'yan, Banjo," putol ni Rufa. "Hindi naman gagawin ni Ben 'yan. Bata pa si Ben para sa mga ganyan. Maiba ako ng usapan. Magbabago ang ruta ng paghahatid mo sa akin sa club tuwing gabi, Ben. Kasabay na natin si Maia pagpasok sa club. Medyo agahan mo na ang pagsundo sa akin dito sa bahay. Okay?" ani ni Rufa. Walang reaksiyon akong tumango kay Rufa pero may tuwa sa dibdib ko - ako ang maghahatid kay Maia gabi-gabi.

Gusto ko pa sanang mag-imagine kung anong pwedeng mangyari sa amin ni Maia tuwing magkasama kami pero nakita kong tumayo na si Rufa. Tumayo na rin si Maia sa harapan ko. Magsintangkad lang kami. Nasulyapan ko ang magandang kurba ng kanyang katawan at ang mabilog niyang dibdib. Nakisama naman ang hangin dahil biglang umihip ito galing sa nakabukas na bintana. Nalanghap ko ang matamis at mabangong halimuyak ng kanyang pabango.

Humarap siya kay Rufa para magpaalam. Pagkatapos ay kay Banjo. Ngumiti siya sa akin at nagpaalam din. Hinawakan niya ako sa balikat at pinisil ito. Naramdaman ko ang init ng kanyang kamay. Tumagos ito sa manggas ng T-Shirt ko.

Gusto ko sanang sabihin na ako na ang maghahatid sa kanya pero hindi inaalis sa akin ni Banjo ang kanyang mapanuring tingin. Isa pa, bigla kong naalala na nasa talyer nga pala ang tricycle ko. Nakita kong may isinenyas si Rufa kay Banjo para ito na ang maghatid. Sumunod naman si Banjo at sinamahan si Maia paglabas sa pintuan.

Pag-alis ni Banjo at Maia, dumiretso ng kusina si Rufa. May sinabi siya sa akin at ako ay napasunod. Pagpasok ko ng kusina, nakahain na ang isang bowl ng adobong baboy sa lamesa. Biglang kumalam ang tiyan ko. Naupo ako sa harap ng lamesa. Nakatalikod naman si Rufa sa akin habang kumukuha ng kanin. Naisip ko 'yung sinabi ni Banjo sa akin na 'wag liligawan si Maia.

"Rufa," tawag ko.

Saglit siyang napatigil sa pagsasandok ng kanin. Narinig ko ang kanyang buntong-hininga. Maya-maya lang, itinuloy niya ule ang pagsandok. Mas maingay na.

"Pwede ba, Ben, itigil mo na 'yan pag tawag mo sa 'kin ng Rufa. Alam kong ako ang nagturo sa 'yo niyan pero gusto ko ngayon i-unlearn mo na. Stop mo na. Please lang. Okay?" sagot niya. Lalong lumakas ang pagtama ng sadok sa kaldero.

May konting ngiting sumilip sa sulok ng aking labi. Gusto ko talagang maalala niya kung bakit ko siya tinatawag na Rufa sa halip na Inay or Mommy.

Bata pa ako noon. Bago pa lang tatapak sa elementary. Panahon 'yon noong maraming pang customer na foreigner ang club na sinasayawan niya. Dahil walang mag-aalaga sa akin, napilitan siyang dalhin ako sa kanyang trabaho tuwing gabi. Binabantayan ako ng ibang dancer kapag busy siya sa customer. Tinuruan niya akong tawaging siyang Rufa dahil ayaw niyang malaman ng mga customer niya na may anak na siya. Masisira daw ang image niya. Grumadweyt ako ng elementary at high school, Rufa ang tawag ko sa aking ina.

Ibinagsak ni Rufa ang pinggan na may kanin sa aking harapan.

"Gusto ko lang malaman kung bakit hindi ko pwedeng ligawan si Maia," patuloy ko habang ibinubuhos ang sabaw ng adobo sa kanin.

Napatigil siya sa harap ko hawak ang isa pang pinggang may kanin na sa palagay ko ay para kay Banjo.

"Liligawan mo?" galit na tanong ni Rufa.

"Tinatanong ko lang, Rufa."

"Ben?!" Tiningnan niya ako na parang nagbabanta.

"Okay," sabi ko. "Tinatanong ko lang, NAY. Happy na?"

Napabuntong-hininga siya. Itinaas ang palad sa kanyang noo para punasan ang pawis doon. Lumapit siya sa akin at inilagay sa tabi ko ang basong may malamig na tubig.

"Bago na ang management sa club, Ben. Si Dominic na ang bagong may-ari. 'Yung boss ni Banjo. Sabi ni Banjo, si Dominic daw ang may hawak ng isang malaking prostitution ring syndicate dito sa ating probinsya. Sabi rin niya, kung di dahil sa kanya hindi ako ire-retain ni Boss Dominic. Kaya, Ben. pasalamat tayo kay Banjo." Saglit tumigil si Rufa sa pagsasalita, parang nag-iisip. "Hmm. Hindi ko pa alam kung anong istorya tungkol kay Maia at Dominic. Pero may utos sa amin si Boss Dominic na bantayang mabuti si Maia. Kung ako ang tatanungin, parang may relasyon silang dalawa. Kaya ikaw, Ben, 'wag kang makatingin-tingin kay Maia ng malagkit lalo na kapag nasa The Club tayo! Binabalaan kita!"

CHAPTER 3

NAKATULOG ako pagkatapos kong kumain. Nagising akong pawis-pawisan sa loob ng aking kwarto. Nakita ko na naman si Samuel sa aking panaginip.

Habang tulalang nakaupo sa matigas na papag, parang nakikita ko pa rin ang nakakatakot na mukha ni Samuel. Nakatayo siya sa ilalim ng tulay sa tabi ng itim ng ilog. Sa likod niya ay ang mapanglaw na bilog na buwan. Nababalot ng maitim na putik ang buo niyang katawan. Tinatawag niya ang aking pangalan. Paulit-ulit. Umalingawngaw ang tinig niya sa loob ng masukal na gubat.

"Ben...Ben...Ben!"

Lumingon ako at nakita ko ang aninong bumalot sa kanya. Hinila siya nito papunta sa itim na ilog. Iniabot niya ang kanyang mga kamay sa aking direksyon. Humihingi siya ng tulong. Gusto kong lumapit pero hindi ako makagalaw. Lumingon ako sa paligid pero kadiliman lang ang nakita ko. Natanaw ko ang masukal na gubat sa kabilang tabi ng ilog. May anino ng mga halimaw ang gumalaw sa likod ng mga puno. Gusto nilang tumawid. Gusto nila makawala sa mga puno na nagkukulong sa kanila. Ibinalik ko ang tingin kay Samuel. Nakalubog na ang kalahati ng katawan niya sa ilog. Nang magawa kong makawala sa kung anong pumipigil sa akin ay mabilis akong lumapit sa kanya.

Lumuhod ako sa damuhan sa tabi ng itim na ilog at inabot ang aking kamay.

"Hawakan mo ang kamay ko, Samuel!" sigaw ko.

Pilit niyang inaabot ang nakataaas kong kamay. At nang maabot ito at mahawakan, tila may kakaibang lakas ang humila sa aming dalawa. Magkahawak-kamay kaming lumubog sa itim na ilog. Sa harap ko ay ang kanyang mukhang nabalot ng takot at sindak. Isinigaw ko ang kanyang pangalan ngunit walang lumabas na boses sa aking bibig. Palubog kami ng palubog. Hawak ko pa rin ang kanyang kamay. Ayoko siyang bitawan ngunit malakas ang humihila sa kanya pababa. Lumubog kami sa ilalim ng ilog at mismong sa harap ko, sa gitna ng kadiliman, ilang saglit bago siya lagutan ng hininga, narinig ko ang huling niyang salita - *Ben!*

"Ben! Palagi ka na lang si Ben!"

Naputol ang pag-iisip ko sa aking panaginip. Narinig ko ang mahinang tinig ni Banjo. Tumatagos ito sa manipis na dingding ng aking kwarto. Nag-uusap sila ni Rufa. Nagbubulungan. Ayaw ni Rufa na marinig ko ang kanilang usapan. Napabalikwas ako sa pagkakaupo sa papag at lumuhod. Gumapang ako papalapit sa dingding at doon ay idiniin ang aking taynga.

"Wag masyadong malakas baka marinig tayo ni Ben," bulong ni Rufa.

"Ang pinagtataka ko lang, Babe, bakit hindi mo pa 'ko payagang lumipat dito," boses ni Banjo na lalong humina.

Narinig ko ang ingay ng pagtama ng mga tinidor at kutsara sa pinggan. Nasa kusina sila. Kumakain.

Napatingin ako sa oras. Fifteen minutes pala akong nakaidlip.

"Tsaka na. Pag magkasundo na kayo ni Ben," sagot ni Rufa.

"Eto na naman tayo. Ano bang gusto mo gawin ko ha, Rufa, lumuhod sa harap ng anak mo para tanggapin n'ya ako?" lumakas ang boses ni Banjo.

Ganito si Banjo pag nagagalit sa nanay ko - 'yun Babe nagiging malutong na Rufa. Naisip ko tuloy kung sinusumpa na ng nanay ko ang pangalan niyang Rufa?

"Banjooo..." sambit ni Rufa na pinahaba ang pagbanggit sa pangalan.

Habang nakadikit ang taynga sa dingding, napasimangot ako. Nai-imagine kong nakayakap si Rufa kay Banjo at hinahalikan sa leeg para pakalmahin. Nandiri ako sa aking naisip.

"Intindihin mo na lang ako, okay? Bilisan mo na ang pagkain diyan at may gagawin pa tayo sa kwarto," dagdag ni Rufa gamit ang maharot na tinig. Narinig ko ang mahinang tunog ng labi niya paghalik sa leeg ni Banjo.

"Basta pag-isipan mo ang sinabi ko. May sariling trabaho na ang anak mo. Kumakayod na siya. Sa tingin ko dapat bumukod na siya sayo para makalipat na ko dito," diin ni Banjo.

Sa puntong 'yon naisip kong lumabas na. Katapat lang ng kusina ang kwarto ko. Pag bukas ko ng pinto pareho silang nakatingin sa akin na parang nakakita ng multo. Agad kumawala si Rufa sa pagyakap kay Banjo.

Hindi ko sila pinansin. Kumuha ako ng baso malapit sa lababo at lumapit sa lamesa. Nakatitig ako kay Banjo habang nagsasalin ng malamig na tubig. Nang una palang ipakilala ni Rufa sa 'kin si Banjo, ipinaramdam ko na kay Banjo na hindi ako natatakot sa kanya.

"Ben," narinig kong mahinang sambit ni Rufa. Alam niyang narinig ko ang pinag-uusapan nila.

Uminom ako. Mabilis kong inubos ang isang basong tubig. Pagkatapos ay lumakad palabas sa pintuan.

"Ben, san ka pupunta?" sigaw ni Rufa sa akin.

Lumingon ako at inis na sumagot.

"Kukunin ko ang tricycle sa talyer, Rufa. Para may ipangsundo sa 'yo mamayang gabi," sagot ko. Lumabas ako ng bahay iniisip na malamang mag-aaway na naman sila dahil sakin.

***

PAGKAKUHA ko sa tricycle galing talyer, dumiretso ako sa bahay ni Aling Caring. Friday ngayon, sa palengke ang ruta namin. Service ako ni Aling Caring. On-call ako sa kanya. Pero madalas sa hapon ang paghatid at pagsundo ko sa kanya, either papunta sa palengke or papunta sa church. Sa umaga naman, service ako ni Angel at Marian papasok sa school nila. Mainam din ang may service. Pandagdag rin sa maliit na kita ko sa pasada.

Marami na kasing may tricycle sa slum area. Maraming kalaban. Pag minsan nga sa pila may nagsusuntukang mga driver dahil sa pasahero. Kung wala akong service, wala na siguro akong kinita at nakipagsuntukan na rin siguro ako sa kanila.

Hindi sa akin ang tricycle. Nagba-boundary lang ako. Pinapasadahan lang ito sa akin ni Mang Lito. Mabait naman si Mang Lito. Kapag nga mahina ang pasada ko, wini-waive na niya ang boundary ko.

"Ben," tawag ni Aling Caring paglapit sa aking tricycle. "Pasensya ka na ha medyo pinaghintay kita. Biglang umatake rayuma ko eh. Mabuti nga at biglang nawala pag-inom ko ng gamot kanina," paliwanag ni Aling Caring.

"Okay lang po 'yun Aling Caring," sagot ko naman.

Habang hinihintay ko siyang makasakay, napatingala ako sa balkonahe ng tapat na apartment. Dati kasing bakante ito pero ngayon napansin ko don ang mga nakasampay na mga seksing damit na pambabae at mga undies na may iba't ibang kulay. Napansin ako ni Aling Caring. Hindi ko namalayan na nakasakay na siya.

"May bago ng nakatira diyan, Ben," ang excited na balita sa 'kin ni Aling Caring.

Agad akong bumaling sa kanya. Ayokong isipin niya na tinitigan ko ang mga nakasampay na mga panty doon.

"Ganun po ba," sagot ko. 'Yung basta lang may maisagot.

"Kilala yata ng nanay mo 'yun lumipat diyan. Nakita ko sila ni Banjo kagabi nagpapasok ng gamit nung dalaga. Pati nga si Jake nakitulong din," dagdag ni Aling Caring.

Maia? Naisip ko.

Dito nakatira si Maia? Hindi ako makapaniwala. Suddenly, I feel weird. Pinaglalapit ba kami ng tadhana?

I wish.

Parang hindi pa sapat na magkatrabaho sila ni Rufa at ako ang maghahatid sa kanya sa club tuwing gabi dahil ngayon naman ay magkatapat lang ang bahay nila ni Aling Caring na pinupuntahan ko tuwing hapon.

Gusto kong isipin na coincidence lang lahat pero mas masarap pa ring isipin ang kabaliktaran. *Ben! Wag mong liligawan si Maia.* Parang narinig ko ang boses ni Rufa at Banjo. Biglang nawala ang excitement sa dibdib ko.

"Ah iho, hindi pa ba tayo aalis?" pagtataka ni Aling Caring.

"Ha? Ah eh. Paalis na po tayo," mabilis kong sagot habang nagmamadaling ini-start ang tricycle.

***

KAPAG lagi mong nakikita ang isang bagay parang nakakaramdam ka na ng pagkasawa. Ganun din sa lugar. Sa bawat pasada ko sa slum area, paglampas ng tulay at itim na ilog, pabalik sa mga hilera ng mga apartment sa kabila nito, at paglabas pasok sa mga may gate na subdivision malapit sa bayan, lalong sumisidhi ang pagnanasa kong umalis sa lugar na ito. Katulad din ng biyahe ko dito na paikot-ikot, umiikot lang din ang buhay ko dito. Walang pagbabago. Walang direksyon. Kakayod ka para lang mabuhay sa isang maghapon. Pagsapit ng umaga kakayod ka na naman.

Naisip ko si Jake. Mabuti pa siya mag-aaral na ng college next na pasukan. At pag natapos niya 'yon tiyak aalis na siya dito. Titira siya syempre malapit sa trabaho niya. Gusto ng kuya niya na kumuha siya ng accountancy. Wala naman dito sa lugar namin na malaking kumpanya para i-hire siya bilang accountant. Kung saan man siya pupunta, siguradong malayo iyon sa lugar na 'to. Matatanggap siya sa trabaho at magiging busy na siya. Mawawalan na siya ng oras para sa sarili. Malilimutan na niya ang kanyang mga kaibigan. Malilimutan na niya ako. Malilimutan na niya si Ben. Si Ben na hindi nakatuntong ng college. Si Ben na hikain at sakitin. Si Ben na nakatira sa slum area...sa tabi ng itim na ilog. Si Ben na hinayaang malunod ang kanyang kaibigan. Si Ben na....

Bigla kong natapakan ang preno ng tricycle. Tumigil ito sa tabi ng itim na ilog. Kinakapos ako ng hininga. Parang may sumasakal sa leeg ko. Inilabas ko ang aking inhaler at mabilis na isinubo. Lumanghap ako ng hangin. Maluwag itong naglabas pasok sa aking lalamunan.

Napatingin ako sa kabilang side ng ilog. Nakita ko sa likod ng masukal na gubat na nagsisimula ng lumubog ang araw. Pasado ala-6 na pala ng gabi, kailangan ko ng sunduin si Rufa. Nag U-turn ako para i-park ang motor sa tabi ng basketball court. May mga kalalakihang naglalaro dito. May mga nagsisigawan. Malaki na naman siguro ang pustahan. Hindi ako umalis sa pagkakaupo sa motor. Inilabas ko ang phone at nag-text kay Rufa. Hihintayin ko siya dito.

***

NASA tabi na ng kalsada si Maia nang marating namin ang kanyang apartment. Habang papalapit, hindi ko alam kung bakit tumingala ako sa kanyang balkonahe. Napansin kong wala na ang mga naka-sampay niyang mga undies. Ano kaya ang kulay ng suot niya ngayon? *Bastos ka, Ben!* Saway ko sa sarili.

Itinigil ko ang tricycle sa tapat ni Maia. Bumaba si Rufa para batiin siya. Nagbeso-beso sila. Napansin ko ang malagkit na titig ni Maia sa akin habang yakap niya si Rufa. Bahagya akong ngumiti sa kanya. Pagkatapos ay bumaba ang tingin ko sa skirt niyang maiksi. Lalo itong umiksi nang humakbang siya para sumakay. Iniwas ko na ang tingin ko dahil nakita kong nakatingin pa rin siya sa akin. Makikita ko na sana kung ano ang isinuot niya mula sa mga undies na nakasampay sa balkonahe niya kanina. Pag upo niya, pilya siyang ngumiti sa akin na parang nagtatanong: *Nakita mo ba ang suot kong panty, Ben?*

Sinasadya ba ni Maia ang lahat? Ang malagkit na titig. Ang pilya niyang ngiti. Ang mga naka-sampay na undies. Ngayon naman ay ang maikling skirt?

"Hi Ben, ang gwapo natin ngayon, ah," bati ni Maia habang nakatingala sa akin.

Bigla akong natauhan. Di ko namalayang matagal akong napatitig sa kanya. Nginitian ko siya. Nakaupo na siya sa loob ng aking tricycle. Nakaupo siya malapit sa aking tabi.

"Siyempre, Maia, anak ko 'yan. San pa ba magmamana 'yan, hahaha," sambit ni Rufa pag siksik sa upuan.

Nanginginig ang mga kamay ko, braso, balikat, buong katawan, habang nagda-drive. Hindi dahil sa mabilis na takbo ng tricycle kundi dahil sa titig ni Maia. Nakatingin kasi siya sa side mirror ko habang walang tigil naman sa pagkukwento si Rufa.

Nang-aakit ang mga tingin ni Maia. Pilya ang kanyang ngiti. Ilang beses akong napapatapak sa preno ng wala sa oras. At kapag gagawin ko 'yun parang sinasadya niya ring ibuka ang kanyang mga hita para makita ko sa isa pang side mirror ang pinakatatago niya sa ilalim ng kanyang mini-skirt.

"Hoy, Ben! Ano ka ba? Parang kang baguhan driver ah. Nauuntog na ko sa kabi-break mo ng pabigla!" angal ni Rufa.

"Sorry po, Nay," sagot ko.

"Ay wow! Himala! Nanay ang tawag mo sa 'kin ngayon! Anong nakain mo, ha?" pagtataka ni Rufa.

Kahit ako ay nagtaka rin. Napasulyap ako kay Maia. Nakangiti siya. Kung hindi agad kami nakarating sa The Club, malamang napuno na ng bukol ang ulo ni Rufa.

Ipinarada ko ang tricycle sa kaliwang bahagi sa harap ng club. May ilang sasakyan na ang naka-park sa kanan nito. May mga customer na.

Bumaba ako at tinulungan ko si Rufa sa dala-dala niyang malaking bag na puno ng mga paninda. Binebentahan niya ng murang mga make-up ang mga dancer sa club. Dagdag kita din daw. Isinukbit ko ang bag. Bumaba si Rufa. Pagkatapos si Maia. Hinayaan ko silang maunang maglakad. Sumunod ako sa kanila pagpasok sa club.

Hindi na ako bago sa semi-dark at patay-sinding laser lights sa loob ng The Club. Matic ng nag-adjust ang mga mata ko pagpasok namin. Napansin kong sanay na rin si Maia. Meaning hindi na siya baguhan sa trabahong ito kahit bata pa siya. Kinuha sa akin ni Rufa ang bag.

"Pwede pa rin ba akong tumambay sa favorite table ko?" tanong ko kay Rufa. Tumingin siya sa isang maliit na table sa aming kaliwa malapit sa tabi ng bar. Ito ang tambayan ko kapag sinusundo ko si Rufa.

"Oo naman. Basta saglit lang ha. Ayokong magbabad ka sa ganitong lugar. Kayanga noong bata ka pa dinala na kita sa ganitong lugar para magsawa ka na ng maaga. Joke lang, 'nak. Ngiti naman dyan, oh," kinurot niya ang kaliwang pisngi ko. Masakit.

"Oo, Nay. Saglit lang ako. Mamaya kasi papunta naman ako kina Jake," sagot ko.

"Ay! Bakit ang ambait mo ngayon, nak? Ano ba talaga nakain mo? Sana kainin mo lagi ha. Sige upo ka na d'yan. Padalhan kita ng juice," masayang sambit ni Rufa. Narinig na naman niya ang salitang *'Nay'*. Niyakap niya ko bago itulak papalapit sa lamesa.

Ano nga bang nakain ko? Hindi ko rin alam. Wala naman akong nakain na espesyal. Ang alam ko lang nakilala ko si Maia. Sa tuwing makikita ko ang mala-anghel niyang mukha parang gusto kong itama ang lahat. Parang gusto kong ayusin ang buhay ko.

May mga grupo ng mga dancer na lumabas mula sa tabi ng bar. Hinanap ko si Maia. Wala siya. Nagpalinga-linga ako habang nakaupo. Kahit bago ang management, napansin kong wala naman nagbago sa loob ng club. Hindi nagbago ang design ng stage sa dulo nito kung saan nagsasayaw ang mga dancer. Sa ibaba ng stage ay may ilang removable round table. Sa magkabilang tabi ay may dalawang mahabang couch. May long table sa gitna. Para ito sa mga VIP at sa mga big group. May nagpatong ng juice sa aking harapan. Nagpasalamat ako. Naisip ko kung darating dito ang may-ari, si Dominic. Bigla na lang parang gusto ko siyang makilala.

CHAPTER 4

BIGLANG bumagal ang beat ng background music sa loob ng club. Nabawasan din ang mga nagpa-flash na mga lights. Biglang dumilim sa paligid maliban sa gitna ng stage. May babaeng naka-undies lang ang suot ang lumabas doon at nagpaikot-ikot sa gitna. Sinundan siya ng spot light. Nagliwanag ang mukha ng dancer. Napatitig ako. Hindi siya si Maia.

Inunat ko ang aking leeg para hanapin si Maia sa baba ng stage. Nagpalinga-linga ako. Wala sa kanan. Wala rin sa gitna. Tumingin ako sa kaliwa. Doon ko siya nakita. Naka-upo siya sa couch. Sa VIP section. May katabi si Maia. Isang lalaking naka-amerkana. Mukhang mayaman. Makinang ang makapal na gintong kwintas na nasa leeg nito pati na ang mga sing-sing sa daliri. Hindi nakabutones ang damit nito sa may kwelyo. Nakalabas bahagya ang maskuladong dibdib ng lalaki na puno ng tattoo. Umabot ito hanggang sa leeg. Inasinta kong mabuti ang tattoo - isang nakapulupot na ahas. Siya kaya ang may-ari ng club? Siya kaya si Dominic?

Sa sobrang pag-iisip ko kung sino ang lalaki, hindi ko namalayang nakatitig na pala sa akin si Maia. Iba ngayon ang titig niya. Walang ngiti sa kanyang mga labi. Basta nakatitig lang siya. Lasing na ba siya? Naisip ko. Imposible. Halos kararating lang namin. Naiilang ako sa titig niya. Umiwas ako ng tingin. Uminom ako ng juice kunwari at yumuko bahagya pagkatapos ay muling tumingin sa kanya. Wala na siya. Wala na si Maia sa upuan niya. Napatayo ako sa kinauupuan ko at halos mabali leeg ko sa paghahanap kung saan siya nagpunta.

Siya na kaya ang susunod na sasayaw na walang saplot? Naisip ko.

Umupo ako at walang tingin-tinging lumagok ng juice. Pero walang bumasa sa labi ko. Tiningnan ko ang baso ng juice. Naubos ko pala ito. Nang ipatong ko ang baso sa lamesa may biglang kumuha nito.

"Di ba ito ang part na dapat aalis ka na?" inis na sambit ni Rufa.

Ininguso niya ang stage na may nagsasayaw na babaeng walang saplot. Na gets ko kung anong ibig niyang sabihin. Rated-R na ang show. Akala ba niya talaga baby pa ang anak niya? O iniisip niya na hindi na ko baby dahil may malisya na ako? Hindi ko alam kung anong isasagot sa tanong ko. Humalukipkip siya at parang magic na nawala ang baso sa kanyang kamay. Sumiksik lang pala ito sa ilalim ng kanyang kili-kili.

Simangot akong napatingin sa kanya. "Paalis na ako. Inubos ko lang ang juice. Pupunta ako kina Jake," sagot ko sabay tayo.

"Dumaan ka muna sa tatay mo. Nalimutan mo yatang katapusan ngayon," paalala niya. Napaisip ako. Tama siya. Katapusan ng buwan ngayon. Napakunot ako ng noo. Ito kasi ang part ng buwan na ayaw ko pero parang gusto ko ring dumating. Ito 'yun araw na naghahalo ang saya at lungkot sa dibdib ko.

Sinulyapan kong muli ang semi-dark ng floor ng club. Wala pa rin si Maia.

***

SA DATING club na pinag-sasayawan ni Rufa nakilala niya ng tatay ko. Dating club dito sa lugar namin na matagal ng nagsara. Club daw 'yun na pinupuntahan ng mga pulitiko. Kagawad si Tatay Benjie noon pero hindi na ngayon. Ganun pa man, nakasanayan na siyang tawaging Kagawad Benjie ng mga taga-rito. May negosyo na si Tatay Benjie. Nakatutok na rin ang oras niya sa pag-aalaga kay Kate, ang kinakapatid ko.

Nang mabuntis ni Tatay Benjie si Rufa, bigla na lang daw itong nawala na parang bula. Ngi text or call wala. Matagal daw. Pero hindi naman siya actually nawala. Kagawad si Tatay Benjie noon. Public servant. Anytime pwede siyang lapitan ni Rufa. Pero hindi ito ginawa ni Rufa. Survivor daw siya. Kayang-kaya daw niya akong buhayin mag-isa. Pero, one time nalasing si Rufa, nabanggit niya na malakas ang loob niya noon kasi alam niya na mahal siya ni Benjie. Alam niyang babalikan siya ni Benjie.

Hindi siya nagkamali. Isang gabi, biglang nagpakita si Benjie. Sinabi nitong mahal niya si Rufa at handang suportahan ang sanggol sa sinapupunan niya. Handa niyang suportahan ako. Pero kailangan daw manatiling lihim ang kanilang relasyon. Wala raw dapat makaalam na anak ako ni Benjie lalo na ng asawa niya.

Malapit na sa gitna ng bayan ang bahay ni Benjie. Dito lang sa parte ng lungsod na ito ako nakakakita ng magagandang bahay. Lahat ng magagandang bahay nasa loob ng subdivision. May guard ang gate ng subdivision. Pero pag mga ganitong oras, wala ng nagbabantay. Sabi ni Jake, sa isang subdivision din daw dati sila nakatira.

Ipinasok ko ang tricycle sa nakabukas na gate ng subdivision kung saan nakatira si Benjie. Nakataas ang pangharang dito at walang tao sa loob ng guard house. Tumingala ako sa mga mala kastilyong mga bahay sa aking kanan at kaliwa. Para silang mga christmas tree dahil sa liwanag. Hindi ko pa yata natyempuhan na brownout dito. Sa slum area madalas ang brown out. Laging may handang kandila si Rufa.

Minor kong pinatakbo pa ang tricycle hanggang sa dulo ng kalye. Madilim na sa parte na ito ng subdivision. Lumiko ako sa kanan. Ipinarada ko ang tricycle sa tabi ng kalsada sa ilalim ng puno kung saan madilim. Alas-10 na ng gabi, pero may mga kapitbahay pang bukas ang ilaw. Ayaw ni Benjie na may makakita sa akin kapag pumupunta ako rito.

Bumaba ako mula sa motor at lumuhod sa harap ng makina na parang may kinukutingting. Nagkunwari akong nasiraan. Nagpalinga-linga ako. Nakahanap ako ng madilim na daanan at iyon ang sinundan ko papalapit sa pader ng bahay niya. Nakaramdam ako ng excitement. Ito 'yung nararamdaman ko kapag masyado akong na carried away ng isang action na pelikula. Gawa daw 'yun ng adrenaline sabi ni Jake. Naalala ko si Mang Greg. Ganito rin kaya ang nararamdaman niya tuwing nagtatago siya sa dilim.

Tiningala ko ang bahay ni Benjie paglapit sa mataas na pader. Bukas pa ang ilaw sa mga kwarto. Gising pa si Benjie at si Kate, ang half-sister ko.

Luminga-linga muna ako bago lumayo sa pader para bumwelo. Talent namin ito ni Jake. Ang lumakad at tumalon sa matataas na pader. Nakikita namin ito sa internet. Ginaya namin. Pinag-aralan namin. Pinagpraktisan. Pareho kaming nabubuhayan ng dugo kapag ginagawa namin ito. Pero matagal na naming hindi uli ito nagagawa. Naging busy na si Jake sa trabaho niya. Ako naman nagkunwaring busy. Bisi-bisihan lang. Na-miss ko 'to. Kaya kahit pwede akong magtext or mag-call kay Benjie para buksan ang gate, tatalon na lang ako sa pader na 'to. Isa pa, ayoko rin maghintay sa harap ng bahay niya.

Nang makita kong sapat na ang layo ko sa pader, tumakbo ako ng mabilis para salubungin ito. Nang malapit na ako itinuon ko ang kanang kong paa. Pakiramdam ko dumikit ito sa pader. Isinunod ko naman ang kaliwa kong paa. Dumikit din ito sa pader. Itinuon ko naman ang dalawa kong kamay para ma-maintain ko ang aking balanse at maitulak ang katawan ko pataas. Para akong butiking nagkakakawag pataas...pataas ng pataas...hanggang maisampay ko sa tuktok ng pader ang dalawa kong mga kamay. Mabilis kong binuhat ang katawan ko at iginulong sa ibabaw ng pader at pagkatapos ay nagpatihulog sa kabilang side nito. Nahulog akong nakatayo sa malambot na bermuda grass.

Nagpalinga-linga ako. Siniguro ko kung nasaang parte ako ng bahay ni Benjie. Nasa kanang side ako. Nakita ko ang magara niyang kotse. Nakaparada ito sa garahe. Nakunpirma ko na narito nga siya. Umikot ako sa likuran ng bahay niya, sa may swimming pool. Alam kong doon siya nagpapahangin madalas.

Maliwanag ang paligid ng swimming pool. Nakita ko agad silang dalawa ni Kate. Nakaupo sa harap ng bilog na lamesa. Nakatalikod sa akin si Benjie. Agad napatingin sa akin si Kate.

"Kuya Ben!" masayang bati ni Kate habang naka-upo. May hawak siyang colored pencil. May drawing book sa harapan niya.

Napalingon si Benjie. Halatang nagulat. May pagkainis din sa kanyang mukha. May hawak siyang cellphone sa kanang kamay.

"For God's sake, Ben!" ang malagong at garagal na tinig ni Benjie. "Paano ka na naman nakapasok dito?" dagdag niya. Hindi siya tumayo. Inalis lang niya ang pagkakalingon sa akin. Lumakad ako papalapit sa kanila, actually, kay Kate. Lumuhod ako sa harap ni Kate para magpantay ang aming tingin. Niyakap niya ako ng mahigpit. Matagal. Kay Kate lang ako nakakadama ng tunay na pagmamahal.

"Kuya Ben, na-miss kita!" nakangiting sambit ni Kate. Matamis ang ngiti ni Kate. Parang ngiti ni Maia.

"Na-miss din kita, Kate," sagot ko. Ngumiti ako pero hindi ko alam kung matamis din. May lungkot akong nararamdaman sa dibdib kapag nakikita ko si Kate na nakaupo sa wheelchair.

"May surpresa ako sa 'yo. Pumikit ka," utos ko. Nakaluhod pa rin ako sa harap ng wheelchair niya. Pumikit siya. Inilabas ko ang isang puting bulaklak na inipit ko sa likurang bulsa ng pantalon ko. Hindi ko alam kung anong tawag sa bulaklak na 'yon. Pinitas ko lang sa daan. Nagustuhan niya pag mulat niya.

"Ay! Bulaklak! Gusto ko ng bulaklak, Kuya Ben! Idra-drawing ko 'to," natutuwang sabi niya. Ngumiti ako tapos tumayo. Hinawakan ko ang ulo niya at ginulo ang malambot at makinang niyang buhok.

"Sabihin mo ang totoo, Ben. Paano ka nakapasok dito?" ulit ni Benjie. Hindi pa siya maka move on.

Isa sa ugali ni Benjie...ni Tatay Benjie...ang pagiging paranoid sa mga magnanakaw. Ito ang dahilan kung bakit gusto niyang malaman. Pero sa palagay ko hindi lang si Benjie. Lahat ng mayayaman paranoid. Isa sa mga hindi magandang epekto kapag mayaman ka. Inisip ko kung nakakatulog pa ba ng mahimbing ang mayayaman sa kaiisip na baka may magnakaw ng kanilang mga pag-aari.

"Ben?" ulit ni Benjie.

Napatingin ako sa kanya. Di ko namalayang natulala ako dahil sa pag-iisip. Sinulyapan ko si Kate. Busy na siya sa kanyang drawing. Tumingin uli ako kay Benjie. Iniisip ko kung sasabihin ko ang totoo — na madaling akyatin ang pader ng bahay niya.

"Naiwan mong bukas ang gate n'yo," pagsisinungaling ko.

"Haist," buntong-hininga niya. Binitawan niya ang cellphone sa ibabaw ng lamesang bubog. "Iba na talaga kapag tumatanda na, Ben," sambit niya. Nakatingin na siya sa akin.

Tiningnan ko siya. "Mabilis lumipas ang panahon...Benjie," sagot ko.

Kung ang nanay ko gusto kong tawaging Rufa, si Benjie naman gusto kong tawagin Itay or Dad. Pero ayaw niya. Baka raw may makarinig. Ayaw niyang may makaalam na anak niya ako. Maliban kay Kate.

Alam ni Kate na kapatid niya ako. Tanggap ni Kate. Hindi ko lang alam kung naiintindihan na niya kung bakit iba ang nanay ko.

Napilitan lang si Benjie na sabihin kay Kate na kapatid niya ako. Hindi ko alam kung out of compassion kay Kate or dahil sa utang na loob sa akin.

Three years ago, nangyari ang pinaka worst road accident sa main road ng lugar namin malapit sa tulay. Malapit sa itim na ilog. Tumirik ang isang kotse sa gitna ng kalye. Mula doon ay nagsimula ang mahabang chain ng banggaan ng mga kotse na tinapos ng isang rumaragasang 10-wheeler truck. Isa sa mga kotse doon ay sinasakyan ni Benjie at ni Kate. Hindi ko alam kung sinasadya ng tadhana pero naroon ako noong gabing iyon. At ang kotse nina Benjie ang unang-una kong nakita. Walang malay sa tabi ni Benjie si Kate. Umaagos ang dugo sa kanyang mukha at dalawang binti. Gising si Benjie pero hindi siya makagalaw. Nanginginig ang buo niyang katawan. Isinigaw niya ang pangalan ko...paulit-ulit na parang sigaw ni Samuel.

"Ben...Ben...Ben!"

Pagkatapos noon nawalan siya ng malay. Naisugod ko sila sa ospital sa tulong ng mga rescuer. Isang buwan ko silang dinalaw doon at binantayan. Ang sabi ng duktor, nadurog ang buto sa dalawang binti ni Kate. May muscle din na naapektuhan. Imposible raw na makalakad pa si Kate. Pero hindi ako naniwala. Hindi ako naniniwala sa duktor.

Nang maka-recover na si Benjie...si Tatay Benjie...siya na ang nagbantay kay Kate. Conscious na si Kate noon. At for the first time, nakita niya ako, ang kanyang half-brother. Tinanong ni Kate kay Benjie kung sino ako. At doon mismo, sinabi ni Benjie kay Kate ang totoo. Hindi ko malilimutan ang ngiting gumuhit sa mukha ni Kate. Masaya siyang malamang may kapatid siya. Hindi ko rin malilimutan ang sayang naramdaman ko nang makilala ko ang nag-iisang taong tumanggap sa akin.

"Ben! Ben! Ben!" ilang tawag sa akin ni Tatay Benjie. Bumalik ang aking diwa.

"Ha?" ang tangi kong sagot.

"Ang sabi ko napapasyal ka," sambit ni Tatay Benjie habang nag-scroll sa kanyang phone. Hindi niya namalayang natulala ako.

"Ha? Ah...eh...." ungol ko.

Napatitig sa akin si Tatay Benjie. Nag-iisip. Saglit nanlaki ang kanyang mga mata nang may maalala.

"Ahhh. Muntik ko na rin malimutan. End of the month na nga pala ngayon. Teka. Diyan ka lang, Ben. Kukunin ko," sambit ni Tatay Benjie bago tumayo.

Mabigat ang pagtayo niya. May kasamang buntong-hininga. Ramdam kong hindi na madali sa kanya ang basta na lang bumunot ng pera para magbigay ng sustento kay Rufa. Napansin ko ito six months ago pa. Nakikita kong hindi magtatagal, ako na ang aasahan ni Rufa pagdating sa pera. Sakaling itigil ni Tatay Benjie ang sustento, ituloy kaya ni Rufa ang banta niyang pagbubulgar ng katotohanan sa asawa ni Tatay Benjie na nasa amerika? Napatingin ako kay Kate. Dinu-drawing na niya ang puting bulaklak na binigay ko sa kanya.

"Ben, eto," sambit ni Tatay Benjie. Biglang nasa tabi ko na siya paglingon ko. Dahil focus sa magandang drawing ni Kate, di ko namalayan ang pagbalik niya. Inabot niya sa harap ko ang nakatiklop na brown envelope. Makapal ito ng aking hawakan.

"Pakisabi sa nanay mo 'yan na ang huling sustento na mabibigay ko sa kanya. Nalulugi na ang negosyo ko, Ben. Balak ko na itong ibenta. Ang pagbebentahan ko dito, plus ang natitirang kong ipon, gagamitin ko sa operasyon ni Kate. Kung magiging successful ang operasyon niya dito, magsisimula uli kami Ben. Ngunit kung hindi, mapipilitan kaming sumunod sa mommy niya sa Amerika," pagtatapat ni Tatay Benjie.

Nalungkot ako sa aking narinig. Kung hindi makakalakad si Kate, mapapalayo siya sa akin. Mawawala na ang unang taong nagparamdam sa akin ng tunay na pagmamahal.

Napatingin ako kay Kate. Nakatingin din siya.

"Makakalakad ako, Kuya Ben. Alam ko makakalakad ako," nakangiti niyang sambit. Pero hindi kasing tamis ng dati.

Ngumiti rin ako. Mapait. Uminit ang aking mga mata.

Hinarap ko ule si Benjie...si Tatay Benjie. Parang nahulaan niya ang ibig sabihin ng titig ko.

"Oo. Ben. Makakalakad siya. Gagawin ko ang lahat ng paraan para makalakad si Kate," diin niya.

Hawak ang envelope na may lamang pera, nakaramdam ako ng kurot sa dibdib nang marinig ko ang huling sinabi ni Benjie...ni Tatay Benjie.

Naisip kong ayoko ko ng magpadala sa agos ng tadhana. Hindi na ko papayag na tangayin nito ang mga taong mahal ko. Nailayo na nito si Samuel, si Tatay Benjie, at si

Rufa. Hindi ako papayag na pati si Maia at si Kate ay ilayo rin ng agos sa akin. Ayoko ng maging sunud-sunuran sa gusto ng tadhana. Aayusin ko na ang buhay ko!

CHAPTER 5

SA ISANG LUMANG apartment nakatira sina Jake at Inspector Dizon. Kahit luma, mas maganda ito kaysa sa bahay namin ni Rufa na barung-barong lang. Parte ito ng mahabang 5-door up-and-down na rawhouse sa tabi ng main road papuntang tulay at slum area. Kapansin-pansin ito dahil matingkad ang pintura nitong kulay dilaw. Inupahan nila ang unang pintuan. Dito ako dumiretso pagkagaling ko kina Benjie at Kate.

Ipinarada ko sa tabing kalye sa tapat ng unang pintuan ang aking tricycle. Pag patay ko ng makina hindi muna ako bumaba. Kinapa ko ang belt bag sa aking baywang. Dito ko inilagay ang perang ibinigay ni Tatay Benjie. Nasa loob pa ang pera. Tama ako. Money makes people paranoid.

Tiningala ko ang balkonaheng madalas pwestuhan namin ni Jake. Hindi ko nakita si Jake sa balkonahe. Kumunot ang noo ko. Nakakapagtaka.

Sanay akong umiinom na siya pagdating ko. At bago ako makababa sa motor, sisigaw siya mula sa balkonahe - *'Ang aga mo pre para bukas!'* habang tangan ang umuusok na sigarilyo sa isang kamay at sa kabila naman ay ang beer na lata. Ito lagi ang bati niya para asarin ako.

Hindi naman ako late dumating. Atat lang siyang uminom pagkagaling sa trabaho. *'As always!'* ang lagi kong sagot para makaganti. Mula sa balkonahe magbubuga siya ng beer galing sa kanyang bibig para hindi ako makapasok sa pintuan. Tatakbo naman ako para makailag. Alam kong lasing na siya pag ganon. Lagi kasi siyang nauunang uminom. Hindi na niya ako hinihintay.

Pero ngayon, for the first time, wala siya sa balkonahe. Di pa siya nag-iinom nang ako ay dumating. May special occasion ba? Bakit hinintay pa niya ako? Naiisip ko rin na baka naman lasing na at naghihilik na sa kwarto niya. Nakaramdam ako ng kutob na hindi maganda.

Bumaba ako ng motor. Lumubog ang sapatos ko sa malambot na damong basa na ng hamog sa gabi. Walang gate ang front ng kanilang apartment pero may naka-abang na pader kung gusto nilang maglagay. Sa ngayon daw wala pa silang budget.

Dumiretso ako sa paglalakad. Iniiwasan ang ilang bato sa lupa. Malapit na ako sa pintuan nang bumukas ito ng konti. Na-imagine ko na lasing na nga si Jake at nasa likod siya ng pintuan, hinihintay ang paglapit ko para sa isang matinding prank para asarin ako.

Okay, Jake. Anong klaseng prank ang nasa isip mo ngayon? Sabi ko sa sarili.

Lumangitngit ang pintuan na parang sa horror movie. Creepy. Naisip ko. Nabura sa imagination ko si Jake na gustong mang prank. Napalitan ito ng isang nakakatakot na eksena sa pelikula.

Pinakiramdaman ko kung may malakas na hangin sa paligid. Wala. Hindi ko ito pinansin. Normal akong naglakad papalapit sa pintuan. Kahit malayo pa sinubukan kong silipin ang maliit na awang ng pintuan. Madilim sa loob ng bahay. Wala akong makita.

Tumawag ako. "Jake!" Walang sagot. "Tao po!" sigaw ko uli. Walang pa ring sagot. Inilapit ko na ang mata ko sa awang ng pintuan pero wala pa rin akong makita. Maya-maya biglang may matang sumilip. Mapula ang mga iyon. Nakakatakot. Napaurong ako dahil sa gulat. Bumukas ang pintuan at tumambad sa harap ko ang walang ekspresyon na mukha ni Nanay Carol, ang tagapag-alaga nina Jake sa mommy niyang may sakit sa pag-iisip.

Kasama ang kotseng sinasakyan ng mga magulang ni Jake sa road accident three years ago. Sila ang naipit ng rumaragasang 10-wheeler truck. Pauwe na ang mag-asawa galing sa isang successful business meeting nang mangyari ang aksidente. Dead on the spot ang papa niya. Internal hemorrhage naman ang tinamo ng mommy niya. Nagresult ito sa isang brain damage dahilan para maging lantang gulay ang mommy niya. Ginamit ng magkapatid ang lahat ng kanilang yaman para maisalba ang buhay ng kanilang ina. Napilitang silang ibenta ang kanilang family business, ang ilang mamahaling kotse, at lahat ng mga gamit na naipundar ng kanilang magulang. Sa bandang huli, napilitan silang ibenta na rin ang malaking bahay sa subdivision. Kaya ngayon, nagtitiis sila dito sa isang lumang apartment. Dahil sa panalangin, tuloy-tuloy na therapy, at sa matiyagang pag-aalaga ni Nanay Carol, nakabawi ang katawan ng mommy ni Jake. Naikilos nito ang buong katawan at di nagtagal ay nakalakad din ito. Ngunit naroon pa rin ang bakas ng ginawang damage ng aksidente sa kanyang utak. Bakas pa rin sa mukha niya ang trauma. Sino ba ang taong hindi magkakaroon ng matinding trauma sa ganoong sitwasyon?

Nagkakilala kami ni Jake sa loob ng ospital habang nagbabantay ako kina Benjie at Kate. Si Jake naman sa mommy niya. Naikwento niya sa akin na dilat daw ang mga mata ng mommy niya nang iligtas ng mga rescuer. Nasa matinding shock daw ito. Hindi raw maigalaw ng mga rescuer ang leeg ng mommy niya. Naabutan nila itong nakatingin sa papa niya na napugutan ng ulo.

"Ben," bati ni Nanay Carol na may kasamang pagtataka. Nakita niya ang takot sa mukha ko.

"N-Nanay Carol," nauutal kong bati. "Pasensya na po nagulat lang ako," dahilan ko.

Matagal ng kasambahay nina Jake si Nanay Carol. Si Nanay Carol ang nanny na nagpalaki sa kanilang dalawa ni Inspector Dizon. Wala itong ibang pamilya kaya napamahal na raw si Jake at ang kanyang kuya kay Nanay Carol. Hindi sila iniwan nito, sa hirap at ginahawa.

"Okay lang, Ben. Pasensya ka na rin. Wala ako sa ayos ngayon. Napuyat ako kagabi eh. Alam mo bang dalawa na ang alagain ko ngayon? Aysus!" iiling-iling niyang sambit.

Napaisip ako sa sinabi niya. Napano ba si Jake? Nagkasakit ba si Jake? Naaksidente? Gusto ko sanang itanong kay Nanay Carol pero pinatuloy na niya ako sa itaas. Nasa taas daw si Jake.

Tuluyang ibinukas ni Nanay Carol ang pintuan para ako ay makapasok. Nagpasalamat ako. Narating ko agad ang paanan ng hagdanan paakyat sa second floor. Madilim sa salas na dinaanan ko. Patay lahat ang ilaw maliban sa ilaw sa kusina sa ilalim ng hagdanan. Nasisilaw daw kasi ang mommy ni Jake.

Paakyat na sana ako pero natigilan ako nang maaninag ko sa sulok ng aking mata ang isang aninong nakatayo sa pintuan ng kusina. Tumaas ang balahibo ko sa braso.

Sumaglit sa isip ko ang alaala ni Samuel. Hindi! Bulong ko sa sarili. Lakas loob kong nilingon ang anino. At doon nakita ko ang mommy ni Jake!

Nakasuot ng mahabang puting damit na pantulog ang mommy ni Jake. Nakalugay ang itim na itim niyang buhok. Namumutla ang mukha niyang bumabaling sa kaliwa at sa kanan. Nakatirik ang mga mata niya sa kisame. Puti na lang ang nakalabas. Nakatikom ang mga kamay niyang parang nanginginig sa galit. Dumikit ang mga paa ko sa sahig. Hindi ako makalakad. Hindi ako makagalaw. Biglang natuyo ang aking lalamunan. Napalunok ako kahit walang laway.

"Ester! Ester!" tawag ni Nanay Carol habang patakbong lumapit sa mommy ni Jake. Pag hawak niya sa braso ay biglang himalang kumalma ito at nakatayong tulala na lamang. "Sabi ko 'wag kang lalabas ng kwarto ah. Matutulog na tayo," patuloy ni Nanay Carol na parang sinusuyo ang isang batang paslit.

"Ano pong nangyari sa kanya, Nanay Carol?" usisa ko. Nasa paanan pa rin ako ng hagdanan. Nanginginig pa rin ang aking mga tuhod.

"Ewan ko ba, Ben. Simula nung dumating 'yun lolo ni Jake kagabi napansin ko naging weird na ang mga kilos ni Ester," sagot ni Nanay Carol habang inaakay si Mommy Ester sa isang kwarto malapit sa salas.

Noon ko lang nakitang ganon ang mommy ni Jake. Madalas ay naaabutan ko siyang tahimik lang na nakaupo sa salas. Tulala. Kalmado na si Mommy Ester nang ipasok ni Nanay Carol sa kwarto pero nakikita ko pa rin ang takot sa kanyang mga mata.

Inakyat ko ang hagdanan papuntang second floor habang iniisip ang sinabi ni Nanay Carol. Hindi ko alam na may lolo pa si Jake. Hindi ko rin alam na dumating ito kagabi. Kaya pala hindi siya nagtext or nagcall para yayain akong uminom.

Nakakapagtakang madilim din sa second floor ng kanilang bahay. Hindi katulad dati pag pupunta ako laging maliwanag. Papalapit pa lang ako sa taas ng hagdanan tinawag ko na si Jake. Sapat lang ang lakas para marinig niya. "Jake," tawag ko. Walang sagot. Ilang beses pa akong tumawag. Wala pa ring sagot. Hanggang sa tuluyang ko ng naakyat ang second floor wala pa ring sagot. Nakita ko agad ang balkonahe sa aking harapan. Katapat lang ito ng hagdanan. Nakabukas ang sliding door dito. Tumingin ako sa kanan. May mahinang liwanag na lumalabas mula sa isang kwartong puting kurtina lang ang harang. Sa likod ng kurtina, may nakita akong anino na parang si Jake. "Jake?" ang mahina kong tawag. Ibinulong ko lang. Tatlong hakbang lang naman ang layo ko sa kwarto. Sigurado akong narinig niya 'yon. Pero hindi gumalaw ang anino.

Humakbang ako papalapit. Nakaramdam ako ng kaba dahil sa sobrang tahimik. Hinawakan ko ang belt bag kung saan nakalagay ang sustento ni Tatay Benjie. Nasa belt bag ko pa ang pera. Na-paranoid na naman ako.

Nasa harap na ako ng kurtina at dahan-dahan ko itong itinaas. Nakita ko si Jake. Anino nga niya ang nasa likod ng kurtina. Lumapit ako sa tabi niya. Dahan-dahan. "Jake?" sabi ko. Hindi man lang siya lumingon o nagsalita. May hawak siyang unan sa kaliwang kamay. Nakatitig lang siya sa kanyang harapan.

Sa harapan niya ay may higaan. Sa tabi ng higaan ay may di gulong na bakal na stand katulad ng sa ospital. May nakasabit ditong dextrose. Sa kabilang tabi naman ay may nakatayong oxygen tank. Sinundan ko ang maliit na host na nakatusok sa dextrose at nakita kong may nakahiga sa higaan. Balot ito ng kumot mula ulo hanggang paa. Hindi ito gumagalaw. Nagsalubong ang kilay ko at hindi na naghiwalay pa.

"Jake?" ulit ko. Nang hindi pa rin siya sumagot, dahan-dahan kong nilapitan ang di gumagalaw na katawan para tanggalin ang kumot na nakatabon sa mukha nito. Na-curious ako. Gusto kong makita kung sino ang nakahiga.

Ito ba ang lolo ni Jake? Buhay pa ba ito? Anong sakit nito? Bakit may hawak na unan si Jake? Ginawa ba niya ang mercy killing sa lolo niya? Sari-saring tanong ang naglaro sa isip ko habang ibinababa ang kumot sa mukha ng nakahiga. Parang may humugot sa aking hininga nang tumambad sa akin ang mukha nito.

Nakaluwa na ang mga mata nito dahil sa sobrang kapayatan. Lubog ang pisngi. Nakabukol ang cheekbone na parang sa isang bungo ng patay. Nakanganga ito at ubos na ang mga ngipin. May plaster ng host ng oxygen sa ilong nito. Napansin ko rin na nanlagas na ang mga puting buhok nito. May ilang na lang natira sa tuktok. Ibinaba ko ang aking tingin at nakita ko ang buto't balat na balikat nito. Bakat na ang mga ribs sa dibdib.

Buhay pa ba siya? Natanong ko sa sarili. By instinct, tinitigan ko ang nakaluwang mata nito at hinintay na kumurap. Pero hindi pa nagtatagal ay bigla itong umubo. Napaurong ako pabalik sa tabi ni Jake.

"Buhay pa siya, Ben," ang walang ekspresyong bulong ni Jake. Umubo uli ang lolo ni Jake. "Ayaw niyang mamatay," dagdag niya. Napatingin ako sa kanya. Nagtataka. Tumingin din si Jake sa akin. Blanko ang mukha niya. "Tutulungan ko siya, Ben," bulong niya. Lumapit si Jake sa higaan at itinaas ang unan na hawak niya. Bumilis ang kaba sa aking dibdib.

Papatayin ba ni Jake ang sarili niyang lolo para tapusin ang paghihirap nito? Agad kong naisip.

Hinawakan ko siya sa braso para pigilan. Hindi ko hahayaan maging killer si Jake!

"Jake, anong gagawin mo? Huwag mong patayin ang lolo mo," pigil ko sa kanya.

Napatingin siya sa akin na parang nagising sa pagkakatulog. "Ano ka ba, Ben? Lalagyan ko lang siya ng unan sa ulo. Nahihirapan siyang huminga," paliwanag niya. Siniko niya ang kamay ko para makawala sa mahigpit kong hawak.

"Gago ka Ben. Ano bang tingin mo sa 'kin mamamatay tao?" bulong ni Jake. Iniiwasan niyang marinig ng lolo niya ang usapan namin. Pag lagay ng unan sa ulo ng lolo niya humarap na si Jake sa akin.

"Bakit kasi ang weird n'yo ngayon lahat dito sa bahay?" usisa ko.

"Anong ibig mong sabihin?" tanong niya.

"Si Nanay Carol, si Mommy Ester, ikaw, weird," diin ko.

"Wag mo kaming intindihan, Ben. Puyat lang kami ni Nanay Carol. Nagpalitan kami kagabi sa pag-aalaga kay lolo at kay mommy," paliwanag niya. Tumalikod siya sa akin at lumabas ng kwarto.

Nakatitig pa rin ako sa lolo ni Jake. Tumigil na ang pag-ubo nito. Nakamulat pa rin ito. Hindi kumukurap. Narinig ko ang pagbaba at pag-akyat ni Jake sa hagdanan. Naisip kong sine-setup na niya ang balkonahe. Paalis na ko nang biglang hawakan ng lolo ni Jake ang kamay ko. Mahigpit. Tinawag niya ang pangalan ko.

"Ben! Ben!"

Napatingin ako sa kanya. Sa isang kisapmata parang nakita ko si Samuel. Kinabig ko ang kamay ko at nakawala ako. Mabilis akong lumabas ng kwarto at dumiretso sa balkonahe.

Nagbubukas na ng beer si Jake sa labas ng balcony. Nakaupo sa sahig. Naka-cross ang mga binti. Nag-cross leg din ako sa tabi niya. Naramdaman ko ang lamig ng semento. Nilabas ko ang inhaler ko. Huminga ako ng malalim pagkabuga ng dalawang beses.

Tahimik lang si Jake. Which is weird. Nakatitig lang siya sa mga bituin pag lagok sa beer.

Mabilis naging okay ang aking paghinga kaya kumuha na ako ng beer na lata sa isang bucket na puno ng yelo. Binuksan ko ito at lumagok.

"Isinumpa ba ang pamilya namin, Ben?" walang anu-anong tanong ni Jake. Nakatingala pa rin siya sa madilim na langit.

"Bakit mo naman natanong 'yan?" pagtataka ko. Nakakapagtakang emo siya ngayon.

"Alam mo 'yun...pag-iisipin mo 'yun mga nangyari...parang...I mean...kung kelan nagsisimulang maging successful ang business ni mama at ni papa...tsaka naman nangyari 'yun aksidente...'yun parang in-allow ka ng tadhana na marating 'yun itaas para lang higitin ka ule pababa," malungkot na sambit ni Jake. Lumagok siya ng beer. Nakikinig lang ako. "Una, kinuha si papa. Si mommy buhay nga may diperensya naman sa isip. Tapos ngayon, binigay naman sa amin si lolo," patuloy ni Jake.

"Bakit nga ba biglang nandito na ang lolo mo?" tanong ko paglagok sa lata ng beer.

"Di na raw kayang alagaan ng mga tita ko. Ini-expect nilang mamamatay na last year pero hindi nangyari. This year daw mukhang malabo rin. Kaya kami naman daw ni kuya ang mag-alaga," paliwanag ni Jake.

"Ganun ba? Ganyan pala pag matanda na Jake. Pinagpapasahan na lang kung kani-kanino," sagot ko. Nakatitig na sa beer niyang hawak si Jake. Tantya ko pangatlong beer na niya. Parang hindi niya narinig ang sinabi ko.

"May ibang kwento sa akin si Nanay Carol," dagdag ni Jake. Napatingin ako sa kanya. Tinatamaan ng liwanag ng buwan ang kalahati ng kanyang mukha. Lumagok siya ng beer bago nagpatuloy.

"Nagtaka na daw ang mga tita ko kung bakit almost two years na sa kundisyon niya ay hindi pa namamatay si lolo. Pinatingnan nila sa isang faith healer. Sabi ng faith healer may sumpa daw si lolo. Hangga't hindi raw nito naiipasa sa iba ang sumpa, mahihirapan daw muna ito bago mamatay. Kaya raw ipinasa sa amin si lolo dahil gusto nila isa sa amin ni kuya ang tumanggap ng sumpa," seryosong lahad ni Jake. Napaisip ako.

"Sumpa?!" bigla kong naibulalas. "May naririnig na kong ganyan akala ko kwento lang. Tototo pala," patuloy ko.

Napatitig sa akin si Jake. Tumingin ako sa kanya. Nakakunot ang kanyang noo. "Bakit?" pagtataka ko.

"Anong bakit?" nawala ang pagka-emo ni Jake. "Naniniwala ka kay Nanay Carol? Ano ka ba, Ben. This is 21st century! Walang mga ganyan," naiinis niyang sambit. Mamaya ay nagtatawa na siya. Lasing na si Jake. Inihagis niya ang lata ng beer na wala ng laman. Pumatak ito sa damuhan sa kabilang side ng kalsada.

"Mukhang ikaw ang puyat, Ben. Hindi ako, hahaha," patuloy ni Jake habang kumukuha pa ng isang beer sa bucket. Dalawa ang kinuha niya. Binuksan niya ang isa at ipinatong sa harapan ko. Tama lang dahil ubos na ang beer na hawak ko. Binuksan niya ang isa pa at ipinatong sa harapan niya. Bahagyang umangat siya sa pagkakaupo. May dinukot siya sa bulsa niya na dalawang pulang kapsula. "Palagay ko pareho nating kailangang mag-relax," patuloy niya sabay buka ng palad sa harap ko. Nakita ko nang malapitan ang dalawang pulang kapsula. Kuminang ito sa aking harapan.

"Ano 'yan?" tanong ko.

"Ito ang magtatanggal ng stress sa ating buhay, Ben. Bigay ito ng ka-trabaho ko. Pang-relax daw," paliwanag niya.

"Ecstasy yata 'yan, Jake," diin ko.

"Hindi. Ang alam ko upper ang ecstasy. Downer 'to, Ben," giit niya. Gusto kong tumanggi pero pinutol na niya ang isa at itinaktak ang powder na laman sa beer ko. Ano bang magagawa ng isa? Naisip ko. Pumayag na rin ako. Nakita kong hinati niya rin ang isa at inilagay rin and powder na laman sa beer niya. Inalog-alog niya ang beer niya pagkatapos ay iningat sa harap ko. Ginaya ko siya. Inalog ko rin ang beer ko at inangat sa harap niya.

"Cheers, Ben!" sambit niya.

Cheers!

Ben!...Ben!...Ben!

Cheers!

Ben!...Ben!...Ben!

Itong ang huling salitang umugong sa aking pandinig. Ang huling salitang narinig ko kay Jake, pagkatapos kay Samuel. Kay Jake then kay Samuel...bago ako magising na walang damit at duguan sa tabi ng itim na ilog.

CHAPTER 6

HINDI AKO MAKAMULAT. Nanginginig ang talukap ng aking mga mata. Parang may itim na ulap na bumabalot sa ulo ko.

Hindi ako makahinga. May hindi makahinga. May sumasakal sa leeg ko. May sinasakal ako.

Anong nangyari? Wala akong maalala. Pira-piraso lang ang pumasok sa isip ko...parang piraso ng butas-butas na palamang keso.

Nahihilo ako. Nagpalipat-lipat ang tingin ko. Sa beer. Sa kamay ko. Sa nagtatawang mukha ni Jake. Sa liwanag. Sa dilim. Sa liwanag. Tapos sa dilim uli.

Liwanag.

Nanghihina ako. Hindi ako makatayo. *Jake*. Ungol ko. Hindi siya sumasagot. Hindi ko makita si Jake. Wala si Jake. Wala na siya sa balkonahe. Wala na ako sa balkonahe.

Dilim.

Gumapang ako. Kumirot ang aking mga tuhod. Di ko kaya ang sakit. Napasandal ako sa pader. Nasa tuktok ako ng hagdanan. Tumingin ako sa baba. May....

Liwanag.

May anino sa liwanag. Anino ni Samuel. Si Samuel nasa baba. Sa paanan ng hagdan. Balot ng putik ang buo niyang katawan. Hawak niya ang maruming bola. Tinawag niya ang pangalan ko.

Ben! Ben! Ben!

Umalingawngaw ito sa paligid. Sa kadiliman. Pagkatapos sa liwanag. Parang huni ng mga lumilipad na mga paniki. Napatingala ako. Ngunit kadiliman lang ang aking nakita. Nanuot sa aking taynga ang kanyang tinig. Sa aking isipan. Sa aking dibdib. Sa aking puso. Napapikit ako. May pumatak na luha.

Dilim.

Wala na ang anino pagmulat ko. Wala na si Samuel sa paanan ng hagdan. Napalunok ako. Nanunuyo ang aking lalamunan. May tumawag sa akin mula sa kwarto ng lolo ni Jake.

Ben! Ben! Ben!

Lumingon ako at nakita ko ang...

Liwanag...

...sa likod ng kurtina. Nakita ko ang anino. Anino ng kamay ng lolo ni Jake. Kumaway siya na parang nalulunod. Nalulunod sa itim na ilog. Ang unan! Naisip ko. Sumagi sa isip ko si Jake.

Tutulungan ko siya, Ben! Papatayin ko siya, Ben! Huwag Jake! Huwag mong patayin ang lolo mo!

Pinilit kong tumayo. Napasandal uli ako sa pader. Nahihilo pa rin ako.

Dilim.

Namulat akong nakaluhod sa harap ng kurtina. Mainit ang aking mga mata. Itinaas ko ang kurtina. Dahan-

dahan. May konting liwanag sa loob ng kwarto. Halos hindi ako makakita. Gumapang ako papasok.

Liwanag.

Nakahiga ang lolo ni Jake sa kama. Nakaluhod na ako sa tabi niya. Nakatingin sa akin ang nakaluwa niyang mga mata. Sa isang saglit naisip kong patay na siya. Ngunit biglang bumuka ang kanyang bibig. Tinawag niya ang pangalan ko.

Ben! Ben! Ben!

Halos maubos ang kanyang hininga.

Dilim.

Paulit-ulit niyang binanggit ang pangalan ko. Hindi ko alam kung bakit niya ako kilala. Lalong tumindi ang aking pagkahilo. Dahil ba 'to sa pulang kapsula. Naisip ko si Jake. *Downer 'to, Ben! Downer 'to.* Biglang umubo ang lolo ni Jake. Parang nasamid ito. Pilit kong iminulat ang mapungay kong mata. Naaninag ko ang kanyang mukha. May gusto siyang iluwa. May kung ano sa kanyang dila. Inilabas niya ito. Nakita ko ang itim na bato. Bilog na bilog ito na parang sa mata. Kumikinang ito na parang may buhay. Natulala ako sa harap nito. Hindi makagalaw ang mukha ko. May nakahawak sa aking mga pisngi. Ramdam ko ang matutulis nitong kuko. Nakalabas ang dila, inilapit sa akin ng lolo ni Jake ang kanyang nakakatakot at nagdidilim na mukha. Umikot ang aking pakiramdam.

Liwanag.
Sumpa.
Dilim.

Liwanag.
Sumpa.

Hindi ako makamulat. Nanginginig ang talukap ng aking mga mata. Parang may itim na ulap na bumabalot sa ulo ko. Parang may mabigat na nakapatong sa akin habang nakadapa ako. Malapit sa ilong ko, naamoy ko ang mga damo. Nalasahan ko ang putik sa aking bibig.

Nakadapa pa rin, dahan-dahan kong iginalaw ang ulo ko. Narinig ko ang paglagitik ng buto ko sa leeg. Iminulat ko ang aking mata at nilingon ang paligid. Nasa tabi ako ng itim na ilog. Tiningala ko ang masukal na gubat. Nakita ko dito ang araw na bago pa lang sisikat. Malapit ng mag-umaga!

Napabalikwas ako at napaupo sa damuhan at putik. Nakita ko ang aking mga kamay. Balot ng putik at dugo. Umabot ito sa aking balikat at dibdib. Wala akong damit. Pantalon na jeans at sapatos lang ang suot ko. Kinapa ko ang katawan ko at ulo. Wala akong sugat. Hindi sa akin ang dugo. Kinapa ko ang pantalon ko. Tuyo ito. Mabuti hindi ako nalublob sa itim na ilog. Pero nawawala ang cellphone ko. Kinapa ko ang baywang ko. Wala ang belt bag. Ang bag na may lamang pera.

Napatayo ako para hanapin ang belt bag at phone ko. Lumakas ang kaba sa dibdib ko. Nagpaikot-ikot ako sa tabing ilog. Ilang beses akong nadulas. Una kong nakita ang phone ko. Basa ito. Walang power. Tinuyo ko ito. Kinalog-kalog. Wala pa ring power. Binalik ko ito sa bulsa.

Nakita ko ang T-Shirt ko sa tabi ng malaking bato. Mabilis ko itong nilapitan at kinuha. Nakita ko ang belt bag sa ilalim nito. Buong pagnanasa kong binuksan ito para tingnan kung naroon pa ang pera. Nakahinga ako ng maluwag. Naroon pa ang pera at sa tingin ko ay walang bawas.

Tumingala uli ako sa langit pagkatapos saglit pakalmahin ang aking sarili. Mabilis na sumisikat ang araw. Naisip kong umuwi na. Ayokong may makakita sa akin sa tabi ng itim na ilog.

Tinanaw ko muna ang basketball court sa kabilang tabi ng kalsada. Nang makita kong wala pang mga tao, tsaka ako tumawid ng kalsada.

Habang mabilis na naglalakad sa eskinita, hindi ko maiwasang magtaka. Anong nangyari sa amin ni Jake? Anong nangyari kay Jake? Kaninong dugo ang nasa kamay ko at katawan? Dahil ba sa pulang kapsula kaya hindi ko alam ang mga nangyayari? Alam kaya ni Jake ang mga nangyari?

Gusto kong balikan si Jake sa apartment niya. Pero baka may makakita sa akin na duguan at puro putik ang katawan. Ayokong maging katulad ni Mang Greg ang tingin ng mga tao sa 'kin - weird, kinatatakutan, iniiwasan, at pag minsan pinandidirihan. Tinutukso ng mga bata sa daan. Sa itsura kong 'to baka nga mas malala pa ang pagtrato nila sa akin kaysa kay Mang Greg. Hindi ko maimagine na tinutukso ako ni Angel, Marian, at ni...Kate.

Nagdahan-dahan na ako ng kilos paglapit ko sa pintuan ng barung-barong namin ni Rufa. Narinig ko ang pagtilaok ng isang manok sa aking likuran. Halos umaga na.

Maingat kong pinihit ang kalawanging door knob. Mabuti na lang hindi ito naka-lock. Nalimutan na naman ni Rufa na i-lock ang pintuan. Isa ito sa mga lagi kong isinusumbat sa kanya kapag nag-aaway kami.

Ngayon ko nalaman na ang pagiging tama o mali ng isang bagay ay depende sa sitwasyon.

Mukhang kailangan ko na itong i-cross out sa aking listahan ng kanyang mga mali.

Itinulak ko ang pintuan. Dahan-dahan lang. Pero nang maibukas ko na ng konti, lumagitik pa rin ito. Hindi ko na itinuloy. Pinagkasya ko na lang ang nanlilimahid kong katawan sa maliit na awang hanggang sa makapasok ako sa salas.

Na-imagine kong lumabas na ng kwarto niya si Rufa at nakita niya ang duguan kong katawan. Ano kaya ang pwede kong idahilan? Naaksidente ako? May dugo pero walang sugat? Hindi. Mali. Masyadong halata. Naligo ako sa catsup? Lalong hindi. Wala akong maisip.

Dumiretso ako sa kwarto ni Rufa para silipin siya. Idiniin ko muna sa pintuan ng kwarto niya ang isa kong taynga para alamin kung gising na siya. Tahimik. Binuksan ko dahan-dahan ang pintuan.

Nagdikit ang mga panga ko. Mahigpit kong nasakal ang door knob. Galit nagtikom ang mga kamao ko. Uminit ang mukha ko sa galit.

Kasama ni Rufa sa kwarto si Banjo. Nakadapa si Rufa sa kama. Hubad. Balot lang ng kumot ang kalahating katawan. Nakaharap naman sa kanya si Banjo. Wala ring damit. Naka dantay pa ang isang hita sa baywang ni Rufa.

Unti-unting nauuto ni Banjo si Rufa sa paglipat dito sa bahay. Dinadahan-dahan niya si Rufa. Alam ni Banjo na hindi niya mapipilit si Rufa na magbago ng isip kapag tungkol na sa akin. Gumagamit siya ng mga pailalim na tira. *Hayop ka Banjo! Alam ko ang gusto mong gawin!* Nasabi ko sa sarili ko. Na-imagine kong buntis si Rufa at hawak-hawak ni Banjo ang bilog na tiyan nito. Habang ako naman ay nagmumokmok sa apat na sulok ng barung-barong na 'to. Kinamumuhian ni Rufa. Pinandidirihan. Kinasusuklaman. Na parang si Mang Greg.

Lalong nadagdagan ang galit sa dibdib ko. Uminit lalo ang aking mukha. Nakaramdaman ako ng pangangati ng gilagid na parang may tumutubong ngipin. Parang gusto ko silang gisingin. Gusto kong palayasin si Banjo. Mabuti na lang nakapagpigil ako. Naalala ko ang duguan at putikan kong katawan. Dahan-dahan kong isinara ang pintuan ng kwarto ni Rufa.

Dumiretso ako sa kusina. Malapit doon ang banyo. Kailangan kong maligo muna. Tanggalin kung kanino mang dugo ang nakadikit sa aking katawan. Tinanggal ko ang belt bag at ipinatong sa ibabaw ng lamesa sa kusina. Inilabas ko ang cellphone sa bulsa. Sinubukan ko uli itong buksan pero nagliwanag lang ito saglit at biglang namatay uli. May sinyales pa ng buhay. Naisip ko.

Pagpasok ko ng banyo hinubad ko ang lahat ng aking suot at inilagay sa plastic bag. Itatapon ko ito. Ayoko ng suotin 'yon. Humarap ako sa maliit na bilog na salamin ni Rufa. Walang kahit isang pasa o gas-gas sa aking mukha. Parang mas kuminis ang balat ko kesa dati. Kinapa ko ang ulo ko. Tiningnan ko kung may bukol, pumutok na balat, o sugat. Wala rin. Wala ring masakit sa katawan ko. Nagbuntong-hininga ako. Nakakapagtakang parang mas gusto kong makitang may sugat ako sa katawan. At least, alam kong dugo ko ang nasa damit ko. Pero hindi.

Humakbang ako malapit sa timbang puno ng tubig. Gamit ang tabo, nagbuhos ako ng tubig sa ulo. Napapikit ako. Binalot ako ng kadiliman at nakita ko ang mukha ng lolo ni Jake. Nakaluwa ang mga mata nito at nakalabas ang mahabang dila. Sa gitna ng dila ay naroon ang itim na bato. Nabitawan ko ang tabo at ako ay napasandal sa pader. Nawala ang nakakatakot na imahe nang ako ay magmulat. Itinikom ko ang aking dalawang kamao.

Anong nangyari sa akin? Bakit ako nagkakaganito? Gusto ko lang baguhin ang buhay ko. Bakit pinipigilan ako ng tadhana?

Kaninong dugo ang nasa katawan ko? Kung nakapatay ako at makulong, paano na si Kate? Paano na si Maia? Sa kulungan ba magsisimula ang bagong buhay na hinahangad ko?

Muling nag-flash sa isipan ko ang nakakatakot na mukha ng lolo ni Jake.

Totoo bang may sumpa ang lolo ni Jake kaya hindi ito namamatay? Totoo kaya ang mga kwento ni Nanay Carol kay Jake? Totoo ba ang nakikita kong pira-pirasong alaala sa pangyayari kagabi? Ibinigay ba sa akin ng lolo ni Jake ang itim na bato? Tinanggap ko ba ito? Imahinasyon ko lang ba ang lahat? Dahil ba ito sa isang pulang kapsula? *Ano bang magagawa ng isa?* Naalala ko ang sinabi ko nang ilagay ni Jake sa aking beer ang laman ng kapsula.

Hinaplos ko ang aking mukha para punasin ang tubig na tumutulo dito. Wala akong maisip na sagot sa mga tanong na nasa isip ko. Mabilis kong tinapos ang paliligo ko. Pagkatapos ko sa banyo, dumiretso ako sa kwarto ko at nagbihis. Inilagay ko sa bag ko ang plastic ng duguang damit ko at naghanda na akong umalis. Kailangang bumalik ako sa apartment ni Jake. Kailangang kunin ko ang tricycle ni Mang Lito. At kung naroon pa si Jake, kung hindi pa siya nakakaalis papunta sa kanyang trabaho, kailangang tanungin ko siya kung anong totoong nangyari sa amin kagabi.

Paglabas ko ng kwarto ko, nakita ko ang belt bag sa sahig sa aking daanan. Pinulot ko ito. Wala na itong laman. Napatingin ako sa lamesa sa kusina. Nakita ko doon ang nakakuyumos na brown envelope. Nakakalat ang pera sa lamesa na parang may nagbilang. Tsaka ko pa lang napansin si Banjo. Nakatayo ito sa harap ng lamesa. Nakatitig sa pera. Naka-boxer shorts lang ito. Hubad ang katawan niyang puno ng tattoo. Galit itong humalukipkip at iiling-iling. Narinig ko ang malutong na pag-tsk..tsk..tsk niya na parang may tinatawag na manok. Tumingin siya sa akin.

"Ben, sigurado kang ito lang?" Naningkit ang mga mata niya. Tumagilid ang ulo niya sa kaliwa. Nang-iinis.

"Ang alin?" deadmang tanong ko. Nakita kong nagbago ang mukha niya galing sa nang-iinis papunta sa biglang nainis.

"Alin pa ba, Ben? Ito oh!" tinuro niya ang nakakalat na perang papel sa lamesa. "Ito lang ang sustento ng tatay mo?" patuloy niya. Napansin kong kinukontrol niyang mabuti ang lakas ng boses niya. Ayaw niyang magising si Rufa.

"Bakit, Banjo? Ano naman sa 'yo kung kulang ang sustento ng tatay ko?" sagot ko habang pinagsasama-sama ko ang mga pera sa lamesa.

Mabilis ang kasunod na pangyayari.

Sinugod ako ni Banjo. Sumabog ang pera sa sahig. Nakita ko na lang ang aking sarili na nakasandal sa pader. Sakal ni Banjo ang aking leeg gamit ang malapad niyang mga kamay. Hindi ako makahinga. Hindi ako makagalaw. Kahit magsisipa ako hindi ako makawala. Dalawang beses ang laki ng kanyang katawan sa katawan ko.

Inilapit niya ang kanyang mukha sa aking taynga. May ibinulong siya.

"Wag mo akong punuin, Ben. Pasalamat ka at may Rufa pang nagtatanggol sa 'yo. Paano na kung wala na si Rufa. Hahaha. Sabihin mo sa tatay mo, kung hindi siya magbibigay ng mas malaki pa dito sa binigay niya, baka may mangyaring masama sa kanya," diin ni Banjo.

Tumikom sa galit ang dalawa kong kamao. Kahit nangingimi na ang mukha ko dahil sa mahigpit na pagsakal ni Banjo, naramdaman ko pa rin ang pangangati ng aking gilagid. Parang may mga ngiping tumutubo. Nag init ang mukha ko na parang sasabog. Galit ko siyang tinitigan. Parang nakita ko ang kadiliman sa kanyang mga mata.

"B-Banjo..." gigil na ungol ko. Naramdam kong nagluwag ang pagsakal niya para pakinggan ang sasabihin ko. "Wag mong sasaktan ang mga mahal ko sa buhay," gumaralgal ang lalamunan ko sa ilalim ng kanyang mga palad.

"At bakit, Ben. Ano ang gagawin mo?" nakangisi niyang sagot. Lalong hinigpitan ni Banjo ang pagsakal sa leeg ko. Tinitingnan kung hanggang saan ang kaya ko.

Napapikit ako. Bumigat ang talukap ng aking mga mata. Nagdilim ang aking paningin. Sumagi sa isipan ko ang kapiraso ng alaala na nangyari kagabi. Sa dilim at sa liwanag. Sa Dilim. May sumasakal akin. Sa liwanag. Isang lalaking may tattoo na ahas paikot sa leeg. Sa dilim. May tumatangis. May nagmamakaawa. Sa liwanag. May duguang mukha. May bangkay sa tabi ng itim na ilog.

"BEN!!!" ang malakas na sigaw ni Rufa.

Namulat akong nakatayo sa harap ni Rufa at Banjo. Nakaluhod si Rufa sa nakahigang si Banjo. Haplos ni Rufa ang duguan at takot na mukha ni Banjo. May galit pa rin sa kanyang mga mata. Hindi niya inaalis ang titig sa akin. Sa kaliwang pisngi ni Banjo, may tatlong malalim na kalmot. Tumutulo pa ang dugo mula dito.

"Anong ginawa mo, Ben?" histerikal na tanong ni Rufa.

Nanginginig ang buo kong katawan. Hindi dahil sa nangyari kay Banjo. Hindi dahil sa malakas na pagsigaw ni Rufa. Hindi dahil sa mga dugo sa aking daliri. Nanginginig ako dahil sa mga nakita kong alaala sa mga pangyayari kagabi. Ang reyalisasyon na hindi ko na alam ang nangyayari at sa mga mangyayari pa ay lalong nagpalakas ng kaba sa aking dibdib.

Kinuha ko ang ilang perang papel sa lamesa at ipinunas sa mga daliri kong may dugo. Ipinagtaka ko kung paano ko nakalmot si Banjo sa pisngi. Wala naman akong mahabang kuko.

"Ben, ano bang nangyayari sa 'yo?" muling tanong ni Rufa.

Hindi ko siya pinansin. Wala akong dapat ipaliwanag sa kanya. Hindi ko pa alam kung anong sasabihin ko sa kanya. Kailangan kong umalis. Kailang kong makausap si Jake.

Nagmamadali akong lumabas ng bahay. Pagdating ko sa basketball court, nag ring ang aking telepono. Inilabas ko ito sa aking bulsa at binuksan. Si Jake! Dali-dali ko itong sinagot at wala akong narinig kundi ang malungkot niyang boses.

"Ben, patay na si lolo."

CHAPTER 7

NATANAW ko agad si Jake sa balcony pagbaba ko sa jeep. Mukhang kagigising lang niya. Pero mas maayos ang mukha niya ngayon kaysa kagabi. May hawak siyang tasa sa kaliwang kamay. Nakatuon sa railing ang kanyang braso. Kumaway siya nang makita ako. Gumaan bigla ang pakiramdam ko dahil nabawasan ng isang item ang worry list ko.

Jake - alive and kicking. Check.

Natanaw ko rin ang tricycle ko sa harap ng kanilang apartment kung saan pinark ko ito kagabi. Hindi ito nagalaw. Minus one uli sa worry list ko.

Tricycle. Check.

Kung hindi ko ginamit ang tricycle, paano ako nakarating sa itim na ilog, five hundred meters mula dito, ng walang trace man lang sa aking alaala kung saan ako dumaan? May nadagdag na naman sa listahan ko. Kung isusulat ko sa papel ang nasa mental list ko tiyak na mapupuno agad ito. Inisa-isa ko ang mga ito sa aking isipan.

1. Hallucination ko lang ba nang makita ko si Samuel sa paanan ng hagdanan?

2. Hallucination ko lang din ba ang mga nangyari sa loob ng kwarto ng lolo ni Jake?

3. Paano ako nakarating sa itim na ilog ng walang alaala sa buong pangyayari?

4. Kaninong dugo ang nasa kamay ko at katawan nang magising ako sa tabi ng itim na ilog?

5. Noong mga oras na wala ako sa sarili, may nasaktan ba ako? Binugbog? O kaya, ang pinaka-worst...may napatay ba ako?

Ayokong isipin 'yun huli. Pero kailangang malaman ko agad ang sagot sa mga tanong na ito.

Nasa harap na ako ng apartment nina Jake. Nakasalubong ko si Nanay Carol. Palabas siya ng pintuan, papasok naman ako. May hawak siyang itim na plastic bag. Magtatapon siya ng basura.

"Ben," bati niya. Nakita ko ang pagtataka sa mukha niya. Nakakunot ang noo niya. Nag-iisip. "Nakauwe ka ba kagabi? Akala ko dito ka na natulog," tanong niya.

"Opo. Nakauwe po ako kagabi," sagot ko. Sa una, inisip kong normal na batian lang usapan namin. Papasok na sana ako nang bigla kong naisip kung paano niya nasabi na hindi ako nakauwe.

Humarap uli ako sa kanya pagkatapon niya ng basura. "Ah eh, Nanay Carol, paano n'yo po nasabi na hindi ako nakauwe?" tanong ko.

"Marami kasing lock ang front door, Ben. Ni-lock ko lahat kagabi 'yun dahil alam kong hindi uuwi ang kuya Vince ni Jake. Pagkagising ko kanina naka-lock pa rin ang mga ito. Kung lumabas ka kagabi para umuwi, 'yun door knob lang ang pwede mong i-lock. Kung nalasing ka naman baka nga hindi mo na ma-ilock 'yun. Kaya sigurado akong walang lumabas kagabi dito," paliwanag niya.

"Ganun po ba. Wala po ba kayong narinig na nag-iingay kami ni Jake or nagkakagulo?" tanong ko ulit. Mukhang nahirapan na si Nanay Carol sa follow-up question ko. Napatungo siya para mag-isip.

"Wala naman. Mahimbing ang tulog ko kagabi, Ben. Sabi ko nga eh puyat ako noong isang gabi. Kaya siguro wala akong napansin. Bakit Ben nag away ba kayo kagabi ni Jake?" nag-aalalang tanong ni Nanay Carol.

"Ah eh, hindi naman po. Natanong ko lang po baka kasi naistorbo namin pagtulog n'yo," dahilan ko.

"Ganun ba. Hindi naman. Wag mo na isipin 'yun. O siya. Akyatin mo na lang si Jake sa taas ha at ako'y marami pang lilinisin bago dumating 'yun mga taga funeraria," paalam niya.

"Di po ba bawal maglinis 'pag may patay?" pahabol ko.

"Bawal lang magwalis. Hindi naman ako magwawalis, Ben," nangingiti niyang sagot. Mabilis siyang tumalikod pagkatapos.

Napatingala ako sa balcony bago ako sumunod kay Nanay Carol sa loob ng bahay. Kung nawala ako sa sarili kagabi dahil sa pulang kapsulang nilagay ni Jake sa beer ko, dito lang ako pwede dumaan. Tumaas-baba ang tingin ko sa balcony at sa ground floor. Tantya ko, sa taas ng balcony sa ground floor, dapat nabalian na ko ng binti pagtalon ko.

Pagtalon...pantalon. Naalala ko ang duguang damit ko sa aking bag. Napatingin ako sa malaking drum na pinagtapunan ni Nanay Carol ng basura. Naisip kong dito na lang itapon ang mga duguan kong damit. Nagpalinga-linga ako sa paligid. Nang wala akong makitang ibang nakatingin, mabilis kong inilabas ang plastic ng mga damit mula sa aking bag at inihagis ito sa drum ng mga basura. Nagliparan ang mga langaw doon.

"Ben!" sigaw ni Jake mula sa balcony. Tumingin ako sa taas. "Ano pang ginagawa mo diyan? Umakyat ka na rito," pilit niya.

For a second, hindi agad ako nakagalaw. Nabigla ako sa biglang pagtawag ni Jake. Nakita kaya niya ang pagtapon ko ng plastic bag na may duguang damit? Hindi ako makahinga. Parang aatake na ang aking asthma. Kinapa ko ang inhaler ko sa bulsa para ihanda pero wala ito sa aking bulsa. Kumapa uli ako. Sa kabilang bulsa naman. Wala rin. Kinapa ko na ang buong katawan ko. Wala talaga. Napatingin ako sa basurahan. Nasa duguan ko bang pantalon ang inhaler ko? Hindi ko ito na-check nang hubarin ko. Naisip kong kunin uli ang tinapon kong plastic pero nakatingin pa rin sa akin si Jake.

"Ben! Narinig mo ba ako?" muli niyang sigaw.

Naisip kong balikan na lang ang mga duguan kong damit sa basurahan. Ayaw kong malaman ni Jake kung anong nangyari sa akin kagabi. Kung may nalalaman man siya sa mga nangyari sa akin gusto kong siya mismo ang unang magsabi sa akin. Tumango ako kay Jake para malaman niyang paakyat na ako.

Pumasok ako ng bahay at nakita kong nakaupo sa sofa ng salas si Mommy Ester. As usual, wala siya sa sarili. Nakasuot pa rin siya ng puting gown na pantulog. Naka-ipit ang magkahawak na kamay niya sa gitna ng kanyang mga hita. Mahigpit ang pagkakapit niya dahil bakat ang mga litid doon. Nakatingala siya habang idinuduyan ang sarili pauna pagkatapos pahuli. Pauna tapos pahuli. Tumigil ako sa salas para batiin siya. Noong una, inakala kong nakatingala lang siya sa kisame. Nang tingnan ko siyang mabuti, sa itaas ng hagdanan pala siya nakatitig. Parang may hinihintay na bumaba. Alam kaya niyang patay na ang ama niya, ang lolo ni Jake? Naisip ko.

"Good morning po, Mommy Ester," bati ko, hoping na maiintindihan niya.

Tumingin siya sa akin. Kakaibang takot ang nakita ko sa kanyang mga mata. Agad niyang tinakpan ang kanyang mukha ng dalawang kamay na parang nakakita ng multo. Sumigaw siya na parang umiiyak na bata dahil inagawan ng laruan. Parang humihingi siya ng saklolo kay Nanay Carol na noo'y agad lumabas mula sa kusina habang tawag ang pangalan ni Mommy Ester. Paulit-ulit. Paulit-ulit. Nasa gitna na ako ng hagdanan nang makita kong yakap na ni Nanay Carol si Mommy Ester para pakalmahin. Nang makaakyat ako ng second floor, tumigil na sa pag-iyak si Mommy Ester.

Nakatayo na ako sa tuktok ng hagdanan. Nakita ko si Jake sa balkonahe. Katapat lang ng hagdanan ang balkonahe. Nakatayo pa rin siya doon. Hindi ko alam kung bakit. Sa harap ni Jake ay ang kulay bughaw na langit. Napansin kong walang ngi isang ulap doon. Nililipad ng konting hangin ang mahabang buhok ni Jake na naka-ponytail. Parang kinulayan ng ginto ang balat niya sa braso dahil sa sinag ng araw sa umaga.

Palapit na ako sa balkonahe nang mapansin ko sa aking kanan ang kwarto ng lolo ni Jake. Nakababa ang sinag na kurtina nito. Nabakas ko sa loob ang kulay puting kumot na nakabalot sa katawan ng kanyang lolo. Wala na ang host ng dextrose. Wala na rin ang oxygen tank.

Biglang may nag-flash sa aking isipan: nakita kong tumaas ang isang kamay ng lolo ni Jake at kumaway ito na parang nalulunod. Huminga ako ng malalim at pumikit. Nawalang bigla ang masamang alaala.

Patay na nga ba ang lolo ni Jake? Naitanong ko sa aking sarili. *Mamamatay lang daw ito kung maisasalin niya sa iba ang sumpa.* Naalala kong sambit ni Jake kagabi. Tumingin uli ako sa balkonahe at mabilis na lumayo sa kwarto ng lolo ni Jake.

"Pasensiya ka na kagabi, Ben," sambit ni Jake nang maramdaman niyang nakatayo na ako sa tabi niya. Tumayo siya ng diretso mula sa pagkakatuon sa railing ng balcony at tumingin sa bughaw na langit. Hawak pa rin niya ang tasa ng kape. Napatingin ako sa kanya.

Sige, Jake. Sabihin mo na kung anong nangyari kagabi. Naisip ko lang. Hindi ako nagsalita. Ayokong mahalata niya ang aking pag-aalala.

"Masyado akong emo kagabi. Hindi isinumpa ang pamilya namin, Ben. Nag over react lang siguro ako sa mga pangyayari. Pero okay na ako ngayon, Ben," patuloy niya. Tumingin siya sa akin. Ngumiti. Tinapik niya ang balikat ko.

Hindi 'yan ang gusto kong marinig, Jake. Sabihin mo kung anong nangyari kagabi. Ang naisip kong sabihin pero...

"Masaya ka, Jake, dahil patay na ang lolo mo?" ang mga salitang lumabas sa bibig ko.

"Umm. Parang ganun na nga. Masayang malungkot," sagot niya.

"Bakit?" tanong ko uli. Nakakunot ang noo ko habang nakatingin sa kanya. Tumingin uli siya sa langit at humigop ng kape bago nagsalita.

"Masaya dahil tapos na ang paghihirap ni lolo. Malungkot dahil kami ang gagastos sa kanyang pagpapalibing," paliwanag niya. Nagbuntong-hininga siya tapos nagpatuloy. "Kailangan namin ni Kuya Vince ng pera, Ben. Ayaw magbigay kahit singkong duling ang mga tita ko. Ang pagpapalibing daw kay lolo ang share ng pamilya namin para tapatan ang ilang taong pag-aalaga nila," paliwanag niya.

"Wala bang assistance ang kapulisan sa kuya mo?" tanong ko.

"Meron. Pero magkano lang naman 'yon. Baon na rin sa utang si Kuya Vince. Wala na rin kaming pwedeng ibenta, Ben. Lahat ng mamahaling alahas ni mommy naibenta na namin pambili ng gamot niya. Gusto kong tulungan si Kuya Vince, Ben," nakatingin na si Jake sa akin. Alam ko ang ibig sabihin ng tingin niya na iyon. Mabilis na napailing ang ulo ko nang maisip ito.

"Hindi, Jake. Sabi ko sa 'yo last na 'yon at hindi na natin gagawin 'yon," agad kong tutol.

"Ben, makinig ka muna sa 'kin. Pakinggan mo muna ako. Hindi natin 'to gagawin sa subdivision. Hindi rin inosente ang target natin kundi masamang tao ito, Ben," diin niya. Napatitig ako sa kanya. Nang makita niyang handa na akong makinig, huminga muna siya ng malalim bago nagpatuloy.

"May sindikato dito sa lugar natin na under surveillance ng grupo ni Kuya Vince. Dominic ang pangalan ng leader ng sindikato. Ito ang target nila. Ayon sa kanilang intel, may girlfriend si Dominic na tanging pinagkakatiwalaan niya. May impormasyon sila na ang babaeng ito ang naghahawak ng mga pera ni Dominic at ebidensya ng mga illegal na transaction nito. Alam mo ba ang maganda, Ben? Kilala ng nanay mo ang babaeng ito at nakilala ko rin. At alam ko kung saan nakalagay ang pera at ebidensya na sinasabi ni Kuya Vince," paglalahad ni Jake.

"Si Maia?" tanong ko.

"So pinakilala na pala sa 'yo ng Nanay Rufa mo si Maia."

"Paano ka naman nakakasiguro na na kay Maia ang pera ni Dominic?" usisa ko.

"Hindi ba nabanggit ng Nanay Rufa mo na tumulong ako sa pagbubuhat ng mga gamit ni Maia?"

"Nabanggit niya."

"Sa lahat ng mga gamit ni Maia, Ben, 'yun isang malaking cabinet niya ang kahina-hinala. Dahil sa sobrang bigat nito, walo kaming nagbuhat noong araw na 'yon. Sigurado akong isang malaking vault ang laman ng cabinet niya, Ben. Naroon ang milyong pera ni Dominic," giit ni Jake.

Napatungo ako sa ilalim ng balcony. Hindi ko mapigalan ang pag iling ng ulo ko.

"Hindi. Hindi, Jake. Hindi na natin uulitin ang pagnanakaw na ginawa natin sa subdivision," paalala ko kay Jake.

"Ben, promise last na 'to," giit niya.

Galit na tumikom ang aking kamao. Mainit na hangin ang lumabas sa aking ilong. Hinarap ko siya. Tinabig ko ang tasa ng kapeng hawak niya. Bumagsak ito sa lupa at nabasag.

"Hindi natin nanakawan si Maia, Jake! Narinig mo ako? Hindi!" nangigigil kong sigaw.

Naramdaman ko na naman ang pagkati ng aking gilagid. Parang may tumutubong ngipin. Narinig ko ang sigaw ni Nanay Carol mula sa ibaba ng hagdanan.

"Jake, narito na ang taga funeraria!"

Natauhan ako. Namalayan ko na lang nakahawak ako sa leeg ni Jake habang nakasandal siya sa railing ng balcony.

"Okay, Ben. Tinatanong ko lang naman. Relax ka lang, Ben. Okay. Kalimutan mo na ang sinabi ko," namumutlang sambit ni Jake. Binitawan ko ang leeg niya. Nakaramdam ako ng guilt. Unti-unting bumagal ang aking paghinga at ang kabog sa dibdib ko. Ibinaling ko sa ibang direksyon ang tingin ko.

"Okay ka lang ba, Ben? Mabuti hindi na umaatake ang asthma mo," pag-aalala ni Jake. Sa tagal naming magkaibigan, alam na ni Jake kung kelan umaatake ang asthma ko. At ginamit niya ito para ibahin ang usapan.

Asthma? Napatingin ako sa basurahan at sa plastic bag na nasa ibabaw nito. Na-imagine kong nasa bulsa ng duguan kong pantalon ang aking inhaler. Bumalik sa isip ko kung gaano karaming dugo ang kumapit sa mga damit na iyon.

"Hindi ako okay, Jake," sagot ko. Tumingin ako sa kanya. "Anong nangyari kagabi, Jake? Kailangang sabihin mo sa 'kin," patuloy ko.

"Nangyari? Hindi mo rin ba alam ang nangyari, Ben?" sagot niya. Bigla siyang natawa. "Hindi ko rin alam ang nangyari, Ben," dagdag niya.

"Jake, seryoso ako. Anong natatandaan mo?" ulit ko.

"Wala nga, Ben. Kung gusto mo pa ng isang capsule meron pa ako dito."

"Hindi ko kailangan ng isa pa, Jake. Paggising mo kanina anong natatandaan mo?"

"Seryoso? Ang huling natatandaan ko ay nag-cheers tayo...tapos nagising ako...mag-isa dito sa balcony. May araw na nun. Pumasok ako sa kwarto ni lolo...nalaman ko hindi na siya humihinga...wala na siyang pulso. Bumaba ako...sinabi ko kay Nanay Carol...gising na siya...nasa kusina siya. Siya ang tumawag kay Kuya Vince at sa funeraria. Nagkape ako tapos tinawagan kita," paliwanag ni Jake.

Walang alam si Jake sa nangyari sa akin kagabi. Ang dalawang taong may alam ng ginawa ko kagabi ay kung sino ang nakita ko kagabi. Si Samuel at ang lolo ni Jake.

At pareho na silang patay.

CHAPTER 8

INIWAN ko si Jake sa balcony nang dumating ang mga taga funeraria. Sinalubong niya ang mga ito sa may tuktok ng hagdanan. Dumiretso sila sa kwarto ng lolo ni Jake.

Nagmamadali akong bumaba ng second floor pagakyat nila. May sinasabi pa sa akin si Jake bago kami maghiwalay pero hindi ko na siya pinansin. Pagkakataon ko na ito. Iniisip ko pa rin ang nawawala kong inhaler. Kailangang makuha ko uli ang mga duguang damit na itinapon ko sa basurahan.

Pagbaba ko ng second floor, wala na si Mommy Ester sa salas. Lalabas na ako pero pinigilan ako ni Nanay Carol na lumabas. Hindi raw ako pwedeng mauna sa patay. Hindi rin daw ako pwedeng sumunod. Pamahiin daw ito. Kung hindi ko raw ito susundin, baka raw masundan pa ng isa pang patay sa pamilya.

Lumakas ang kaba sa dibdib ko. Hindi ko na makukuha ang duguang damit sa basurahan kung may mga tao na sa labas. Hindi ako mapakali habang nakatayo sa tabi ni Nanay Carol habang hinihintay naming ibinababa ang walang buhay na katawan ng lolo ni Jake. Balot pa rin ng puting kumot ang katawan nito habang nakaratay sa mahabang stretcher.

"O baka malimutan n'yo ha, unahing ilabas ang ulo sa pintuan," paalala ni Nanay Carol sa mga taga funeraria habang ibinababa nila ang patay sa hagdanan.

Nakita ko si Jake sa hulihan nila. Ibig sabihin walang tao sa balcony. Kung lalabas ako ngayon at mauuna sa patay, walang makakakita sa pagkuha ko sa plastic ng duguang damit sa basurahan.

Susundin ko ba si Nanay Carol? Susundin ko ba ang mga pamahiin ng matatanda? *Sorry Nanay Carol, pero kailangan kong mauna sa patay!* Nasabi ko sarili habang mabilis na lumabas ng pintuan.

"Ben! San ka pupunta! Huwag kang umuna sa patay!" sigaw niya.

Hindi ko na nagawang lingunin si Nanay Carol. Ang tanging nasa isip ko ay ang inhaler ko. Kailangan malaman ko kung nasaan ang inhaler ko.

Nang makalapit ako sa basurahan bigla akong natigilan. *Shit*. Bulong ko sa aking sarili. Napuno na ng mga puting plastik bag ang basurahan at ang masama nito pare-pareho pa sila ng hugis at laki. Matatagalan na akong hanapin ang mga duguang kong damit na binalot ko sa puting plastic bag. Tumayo ako doon na parang bumaon sa kumunoy ang aking mga paa. Hindi ako makagalaw. Habang gumagapang ang panic sa buo kong katawan, may dalawang tinig na nagtalo sa aking isipan.

Mahalaga pa ba ang inhaler mo, Ben? Sabi ng isang boses sa ulo ko habang nakatayo ako sa harap ng basurahan. *Napansin mo ba na ilang beses ka ng nagulat at nagalit pero hindi ka pa rin inaatake ng iyong asthma?* Patuloy nito. Tama siya. Naisip ko. Bakit ko pa hahanapin ang inhaler ko?

Mali, Ben! Sigaw naman ng isa pang tinig. *Isipin mong mabuti, Ben. Kung may NAPATAY ka kagabi. Kung may PINATAY ka kagabi, at naiwan mo ang ihaler na ito sa tabi ng biktima, hindi ba ang inhaler ang magtuturo sa 'yo sa mga pulis?* Tama rin siya. *At isa pa.* Dagdag ng tinig. *Ang lakas ng loob mo. Diyan ka pa nagtapon ng ebidensya sa mismong bahay ng pulis!* Tama ang tinig. Paano kung makita ni Inspector Dizon ang mga duguan kong damit. Ang damit na lagi niyang nakikitang suot ko.

Hindi ko na pinandirahan ang mga nakatambak na plastic ng bituka ng manok at mga isda at ng mga nabubulok na tirang pagkain sa ibabaw ng basurahan. Kinabig ko ang mga plastic sa ibabaw ng basurahan. Bumagsak ang mga ito sa lupa. Galit na nagliparan ang matatabang langaw sa aking mukha. Nang bugawin ko ang mga ito ay nakita ko ang plastic ng mga duguang damit sa aking harapan. Agad kong kinuha ang plastic bag at mabilis na naglakad na parang walang nangyari papalapit sa tricycle. Pagsakay ko dito agad kong binuksan ang puting plastic bag at kinapa sa duguang pantalon ko ang inhaler. Nadagdagan na naman ang worry list ko. Wala doon ang inhaler ko.

***

HINDI MAALIS ang titig ko sa itim na ilog habang nakaupo sa tricycle ko sa tabi ng basketball court. Somewhere, sa tabi ng itim na ilog, naroon ang inhaler ko, naghihintay lang na makita ko. Probably, nagtatago sa mga damo o kaya naman ay nasa ilalim ng makapal na putik. Gusto ko nang hanapin ang inhaler ko sa tabi ng itim na ilog kung saan nagising akong duguan. Pero masyado ng maraming tao sa basketball court. Magiging obvious na kung makikita nila akong may hinahanap sa tabi ng itim na ilog. Kailangan kong maghintay ng hating gabi.

"Ben," sabi ng naulinigan kong tinig ng babae. Dahan-dahan ko itong narinig habang bumabalik ang isipan ko sa aking sarili.

Napalingon ako sa babaeng may-ari ng tinig. Si Aling Daniela. Saglit akong nadistract sa suot niya. Nakasuot lang siya ng maiksing shorts at sandong puti. Mula dito ay nakangiti ang hiwa sa dibdib niya. Maputi iyon. Mestisa si Aling Daniela. Hiwalay sa asawa. Mag-isa niyang binubuhay ang dalawa niyang anak.

"Ben," nakangiting ulit ni Aling Daniela. "Okay ka lang ba? Nakasakay na si Angel at Marian," dagdag niya. Napatingin ako sa aking tabi. Nakangiti sa akin si Angel at Marian. Walang kahit isang gusot ang kanilang school uniform.

"Sorry po, Aling Daniela. Di ko napansin ang paglapit n'yo," dahilan ko.

Tumango lang si Aling Daniela at umatras ng konti mula sa tricycle.

Inistart ko ang makina at pina-arangkada ang tricycle. Kumaway sina Angel at Marian para magbabay. Sumagot ng kaway si Aling Daniel. Sa side mirror ng tricycle, habang papalayo, nakita ko ang pag-alog ng malusog na dibdib niya na parang dalawang bola.

Habang hatid si Angel at Marian, naglaro sa isip ko ang nawawalang inhaler ko at ang mga duguang damit na itinago ko sa ilalim ng upuan ng tricycle ko. Sinubukan kong isiping mabuti kung ano talaga ang nangyari sa amin ni Jake kagabi. Kung paano ako napadpad sa tabi ng itim ilog at bakit ako nagising na hubad at duguan.

May nabasa akong artikulo dati na ang lahat daw ng karanasan natin ay naka-record sa ating memory kahit na ayaw man nating itong tandaan. Hindi lang daw natin ito maalala dahil ibinaon ito ng ating isipan sa subconscious part nito. The more tragic, the more messed up, the more painful daw ang experience, the more it is hidden beneath. Pinilit ko pang isipin hoping na lalabas din ang alaala.

"Kuya Ben! Si Mang Greg!"

Narinig kong sabay na sigaw ni Angel at Marian. Bigla akong napapreno. Paliko na ang tricycle ko malapit sa gate ng school ni Angel at Marian. Hindi ko namalayan ang pagsulpot ni Mang Greg sa aming unahan sa gitna ng kalsada. Saglit lang siyang tumigil sa paglakad at sumulyap sa akin pagkatapos ay lumakad na papalayo. Hindi ko naaninag ang mukhang niyang nagtatago sa ilalim ng hood. Sabi sa akin ni Jake wala pang nakakakita sa mukha ni Mang Greg kahit kailan.

Pagkababa nina Angel at Marian, pinatakbo ko agad ang tricycle para sundan ang direksiyong nilakad ni Mang Greg pero hindi ko na siya makita. Nakakapagtakang mabilis siyang nawala.

Habang namamasada pilit kong binubura sa isip ko ang kaba. Mawawala ito sandali pero mamaya ay bumabalik pa rin. *Wala kang pinatay, Ben.* Pilit kong isinaksak sa aking utak. *Wala kang napatay. Hindi ka mamamatay tao, Ben.* Sumagi sa isip ko ang mga balitang nabasa ko na dati. Mga kabataang nakapatay dahil sa impluwensiya ng pinagbabawal na gamot. Ganito ba ang nangyari sa akin kagabi? Nakapatay ba ako dahil sa pulang kapsulang iniligay ni Jake sa aking beer? Kung nakapatay ako, nasaan ang bangkay? Pumikit ako at umiling pagmulat. Ano ba itong iniisip ko.

Kumalam bigla ang tiyan ko. Napatingin ako sa orasan sa aking braso. Mag aala-una na pala ng hapon. Dahil sa kakaisip ko, nalimutan ko ng mag-tanghalian. Muntik ko na ring malimutang sunduin si Aling Caring. Naisip kong ihatid muna si Aling Caring sa market bago ako kumain.

Malayo pa lang ang tricycle ko ay tanaw ko na si Maia sa balcony ng kanyang apartment. Nagpark ako sa tapat ng bahay ni Aling Caring na nakatingin pa rin kay Maia. Nakatalikod si Maia sa akin. Nagsasampay ng mga damit.

Inimagine kong tumingin siya sa akin at ngumiti. Ngumiti din ako sa kanya. Tapos niyaya niya ako sa loob ng apartment niya at inalok na mananghalian kasabay niya. Napangiti ako habang nakaupo sa tricycle at nakatingala sa kanya dahil na-imagine ko naman na nagsusubuan kaming dalawa.

Tuluyan ko na sanang malilimutan ang laman ng worry list ko dahil kay Maia kung hindi lang biglang may umiksenang isang lalaki. Maayos ang damit ng lalaki. Semi-formal. Long sleeve na nakalilis hanggang siko. Neat ang buhok. Barber's cut. Mestiso. Matangos ang ilong. May balbas at bigote. Naka-suot ng shades. Kuminang ang medalyon na nakalawit sa kanyang dibdib. Biglang na lang lumabas ang lalaking ito sa balcony. Halatang galit ang mukha ng lalaki nang sugurin niya si Maia. Hinila niya sa buhok si Maia. Napatingala si Maia at naulinagan ko ang kanyang sigaw. May sinisigaw din ang lalaki. Nagawa ni Maia na makawala sa paghigit ng lalaki sa kanyang buhok pero mabilis ang lalaki. Agad nahawakan nito ang dalawang pisngi ni Maia. Mahigpit na kumapit doon ang malapad na kamay ng lalaki. Muling may isinigaw ang lalaki at dinuro si Maia. Binitawan ng lalaki si Maia at mabilis pumasok uli sa apartment. Saglit lang at nakababa agad ito. Nakita ko itong lumabas ng apartment ni Maia at sumakay sa isang itim na van na naghihintay sa kanya. Ibinalik ko ang tingin kay Maia. Nakita ko si Maia na nakasandal sa pader ng balcony. Umiiyak siya.

Dahil sa bilis ng pangyayari, hindi ko na alam kung paano ako magre-react. Tsaka ko pa lang napansin na magkadiin na ang aking mga panga dahil sa galit. Nangangati na naman ang aking gilagid. Parang may ngiping gustong tumubo. Gusto ko siyang lapitan. Gusto ko siyang tulungan. Pero paano at bakit pa? Ano pang maitutulong ko? Umalis na ang lalaking nanakit sa kanya. Kung lalapit ako kay Maia ngayon, magigi lang akong *'shoulder to cry on'* at hindi ang kanyang *'knight in shining armor.'*

"Yun 'yung tinatawag nilang Dominic," narinig kong mahinang sambit ni Aling Caring. Hindi ko alam kung gaano na siya katagal na nakasakay sa tricycle pero parang naroon siya the whole time, nanunuod din.

"Ano po?" tanong ko kahit na narinig ko namang malinaw ang kanyang sinabi. Nakatingin na ako kay Aling Caring.

"Yung lalaking nakita mo. 'Yun si Dominic. Narinig ko sa mga 'marites' dito sa lugar," ulit ni Aling Caring.

"Lagi ba siyang pumapasyal diyan, Aling Caring?" usisa ko.

"Hindi naman ako lagi nakabantay diyan para maki-tsimis pero twice a week yata dumadaan ang lalaking 'yan kay

Maia. Mabilis lang lagi. Parang ganyan. Sumusugod. Galit."

Muli akong tumingin sa balcony. Wala na si Maia.

"Ah, Ben. Di pa ba tayo aalis?" tanong ni Aling Caring.

"Aalis na po tayo," sagot ko.

SA apartment nina Jake ibinurol ang kanyang lolo para daw hindi na sila gumastos pa ng mahal. Pagdating ng gabi, bago pumasok sa club, idinaan ko muna si Rufa at Maia doon para makiramay.

Noon ko lang nakitang maliwanag ang harapan ng apartment nina Jake. Malakas ang liwanag ng bumbilyang nakasabit sa taas ng kulay orange na tulda. Sa loob ng tulda ay ilang mga lamesang nagkalat ang balat ng buto ng pakwan, plato ng mani at biscuit, at mga tasa ng kape. Nagbabaraha ang ilang bisita. Ang iba ay nagdadaldalan lang. Karamihan sa kanila ay matatanda na. Naisip kong mga kamag-anak ni Jake sa mother side ang mga ito.

Sinalubong kami ni Nanay Carol sa salas pagpasok namin. May hawak siyang plato ng biscuit. Binati kami ni Nanay Carol at pinaupo sa sofa. Ilang hakbang sa unahan namin, sa ilalim ng hagdanan ay ang nakabukas na casket ng lolo ni Jake.

Ako lang ang umupo. Ayokong silipin ang lolo ni Jake. Dumiretso si Rufa at Maia para silipin ang patay. Nagantada sila ng krus bago umalis at umupo sa tabi ko. Nakita ko si Jake. Busy siya. May kausap malapit sa kusina. Maya-maya ay umupo na siya sa tabi namin at bumati.

"Nakikiramay kami, Jake," agad na sambit ni Rufa at Maia. Tumango lang si Jake. Bawal daw magpasalamat ang namatayan kapag may nakiramay sa kanila. Nagtinginan lang kami ni Jake. Narinig ko lang na iniungol lang niya ang pangalan ko. Sabay fist bump. Nahalata ni Jake na hindi ako masyado makagalaw sa pagkaka-upo ko. Katabi ko kasi si Maia na noon ay naka mini-skirt lang. Pag gumalaw ako nasasagi ng kamay ko ang makinis niyang hita. Tinawag ako ni Jake, kunwari nagpapatulong sa kusina.

"Ben, bakit hindi mo agad sa akin sinabi," pabulong niyang sambit pagpasok namin sa kusina.

"Ang alin?" pagtataka ko.

"Na may gusto ka kay Maia. Wag mo ng itanggi halata naman. Kahit si Maia palagay ko halata na niya," nangingiting sambit ni Jake.

"Obvious ba talaga?" sagot ko. Natawa na si Jake pagkatapos ay naging seryoso uli.

"Pasensya ka na Ben kaninang umaga ha. Nag-isip ako ng masama kay Maia. Kalimutan mo na 'yong plano ko ha. Meron ng makukunan ng pera si Kuya Vince pambayad sa funeraria. Solve na ang problema namin, Ben," masayang balita ni Jake.

"Mabuti naman kung ganun, Jake," sagot ko habang naglalagay ng biscuit sa plato.

"Diyan ka lang, Ben ha. Ibibigay ko lang ang mga biscuit na 'to sa mga bagong dating na bisita," paalam ni Jake na mabilis nawala sa tabi ko.

Habang naglalagay pa ng biscuit sa plato napasilip ako sa may salas. Napatingin ako kay Maia. Nakatingin din siya akin. Matagal. Malagkit. Kinabahan ako. Napalunok ako ng laway. Nanginig ang aking kamay. Nalaglag ko ang ilang piraso ng mga biscuit. Yumuko ako para pulutin ang mga ito. May pumasok sa kusina na dalawang tsimosang matanda at di ko sadyang narinig ang kanilang usapan.

"Hoy, alam mo ba ang kumakalat na tsismis ngayon sa lugar natin tungkol sa lolo ni Inspector Dizon?" bulong ng isa.

"Ano na naman 'yan? Ikaw talaga marites ka talaga kahit kelan," pang-aatig naman ng kasama nito.

"Kung maka marites ka naman. Makinig ka nga. Nakakwentuhan ko isang kamag-anak nila. Kaya pala dito dinala 'yan eh kasi hindi raw mamatay-matay."

"Hay, naku di ba ganyan kapag daw may sa...may sa aswang?"

"Hoy 'wag ka maingay baka may makarinig sa 'yo. Pero ganun na nga. Eh ngayong namatay na raw, hindi raw malaman ng mga kaanak nila kung kay Jake o kay Inspector Dizon pinasa ang pagka-aswang nito."

"Hay, ganun? Kakatakot ha."

"Ahem," sambit ng isang malagong na tinig sa may pintuan ng kusina. Kahit nakayuko ako sa sahig, namumulot ng biscuit, alam kong si Inspector Dizon ang may-ari ng tinig na iyon. "Okay lang po ba kayo diyan?" patuloy nito habang humakbang papasok sa kusina.

Hindi na nakasagot pa ang dalawang matanda dahil sa gulat at mabilis na lumabas ng kusina.

"Okay ka lang ba diyan, Ben?" tanong ni Inspector Dizon habang nakatungo sa akin.

"Okay lang ako Kuya Vince. Nahulog ko lang 'tong mga biscuit," sagot ko habang nakaluhod pa rin sa sahig.

"Vince, narito si Chief," sabi ng isang matandang boses. Tiningala ko ito at nakita ko si Nanay Carol.

Mabilis lumabas si Inspector Dizon nang malaman ang pagdating ng kanyang chief. Nailagay ko na ang mga nahulog na biscuit sa isang platito. Tumayo ako at sumilip sa pintuan ng kusina. Nakita ko sa salas ang pagsaludo ni Inspector Dizon kay Chief Andaya. Nag carry on lang si Chief Andaya. Mula sa kinatatayuan ko ay pinakinggan ko ang kanilang usapan.

"Inspector Dizon," bati ni Chief Andaya. "Dapat ay itatawag ko na lang sa 'yo ito. Pero since gusto ko rin makiramay sa 'yo ay naisip kong dito na lang sabihin," patuloy nito.

"Ano po 'yun, Chief?" tanong ni Inspector Dizon.

"Alam kong dapat ay nagluluksa ka sa mga oras na ito pero I'm sure alam mo naman ang nature ng ating trabaho. Wala rin akong ibang aasahan kundi ikaw inspector. May patay na namang natagpuan sa tabi ng itim na ilog. Gusto kong ikaw mismo ang mag-imbestiga."

Parang may malamig na hangin ang sumalubong sa akin nang marinig ko ang sinabi ni Chief Andaya. Umugong sa aking pandinig ang kanyang mga salita. May patay? Sa tabi ng itim na ilog? Nabitawan ko ang platitong may biscuit at nabasag sa sahig.

CHAPTER 9

GUILTY. Ito agad ang naramdaman ko nang marinig ko ang ibinalita ni Chief Andaya kay Inspector Dizon - na may natagpuang patay sa tabi ng itim na ilog. Bumalik sa alaala ko si Samuel. Hindi dapat siya ang nalunod. Hindi dapat siya ang kumuha ng bolang napadpad sa itim na ilog. Alam kong hindi siya marunong lumangoy. Pero hinayaan ko lang siya. Hinayaan ko siyang malunod. Hinayaan ko siyang...mamatay.

Bakit Ben? Bakit? Narinig ko na naman ang tinig sa ulo ko. Ang tinig na lagi kong naririnig kapag naaalala ko si Samuel. Ang tinig na nagtatanong kung bakit? Bakit ko pinabayaang malunod si Samuel? Bakit Ben? Bakit? Lagi na lang bakit. Hindi ko pinansin ang tinig. Ayokong sagutin ang tanong nito. Hindi ngayon. Hindi bukas. Kahit kailan, hinding hindi ko ito masasagot.

"Ben, okay ka lang ba?" narinig kong tanong ni Nanay Carol sa aking tabi.

Bigla akong natauhan. Tumahimik ang salas na kanina ay puno ng halo-halong ingay. Narinig ng lahat nang bumagsak ang platito sa sahig. Nakita ko sina Chief Andaya at Inspector Dizon. Pareho silang nakatingin sa akin. Ganun din ang ibang mga bisita. Napatigil sila sa lakas ng ingay nang mabasag ko ang platito. Pero saglit lang silang tumingin sa akin. Maya-maya ay tuloy na uli ang kanilang pag-uusap.

Nakatingin na ako kay Nanay Carol. Pinupulot na niya ang piraso ng nabasag na plato. Sinabi kong kukuha ako ng walis pero pinigilan niya ako. Masama raw magwalis kapag may patay. Pinasalamatan niya ako sa kagustuhan kong tumulong pero hayaan ko na raw siyang maglinis ng aking kalat. Sinabi niya iyon na parang naiinis. Pinapunta niya ako sa salas.

Napilitan akong bumalik sa tabi nina Rufa at Maia. Pinag-uusapan nila ang patay. Hindi ang lolo ni Jake. Kundi ang patay sa tabi ng itim na ilog. May takot sa tinig ni Rufa. Nakikinig lang si Maia. Tumigil si Rufa sa pagsasalita nang lumapit ako. Agad siyang nagyaya.

"Ben, ihatid mo na kami sa club," sabi niya. Ramdam ko ang pagmamadali sa boses niya. Agad akong tumango.

Gusto ko ring umalis na. Gustong kong makita ang patay sa tabi ng itim na ilog. Pero hindi ako nagmamadali. Kalmado na ako. Hindi tulad kanina. Ang lakas ng kaba ko. Inisip ko na lang na dumulas lang ang platito sa kamay ko. Nagulat lang ako kaya nabitawan ko. Pag minsan, nakakatulong din ang magsinungaling sa sarili kung gusto mong pakalmahin ito.

May konti pang kaba sa dibdib ko. Hindi ko ito pinansin. Naisip kong kahit na magmadali akong makita ang patay ay hindi ko na ito malalapitan pa. Siguradong may mga pulis na doon para protektahan ang crime scene. Inisip ko na lang na sana wala sa tabi ng patay ang nawawala kong inhaler.

Nagpaalam kami kay Inspector Dizon pagkatapos kay Chief Andaya. Nagpaalam din kami kay Nanay Carol na noo'y lumabas na ng kusina para itapon ang aking kalat. Paglabas namin ng bahay na salubong namin si Jake.

Nagpaalam kami. Nagmamadali siya sa pagpasok sa bahay. Kukuha raw siya ng inumin sa kusina. Binulungan ko siya na babalik ako. Nag fist bump kami bago maghiwalay.

Pagdating sa The Club, ipinarada ko ang tricycle sa dulo ng kaliwang parking space sa harap nito tulad ng dati. Ito na yata ang parking space na naka-reserba para sa akin. Sa tuwing darating ako, busy o hindi ang The Club, laging bakante ito. Wala sigurong gustong mag-park dito. Nasa sulok kasi. Madilim rin sa parte na ito.

Si Rufa ang unang bumaba pagkatapos si Maia. Hindi ako gumalaw sa pagkakaupo ko. Wala akong balak pumasok sa The Club. Kailangan kong umalis agad. Kailangang makita ko ang patay. Nanatili akong nakaupo habang nag-iisip ng magandang rason.

"Oh, Ben. Hindi ka ba papasok muna sa club?" tanong ni Rufa. Habang kinukuha ang malaking bag laman ang kanyang mga panindang make-up.

"Siyanga, Ben. Tambay ka muna sa loob. Hindi busy ngayon. Malamang wala akong makakasama sa table ko. Ikaw na lang kasama ko," yaya ni Maia. As usual, mapang-akit ang tingin niya. Kinagat pa niya ng ibabang labi niya pagkatapos magsalita. Parang gusto kong sumagot na ng oo.

Bakit ngayon pa? Kung kelan naman.... Bulong ko. Nilabanan ko ang aking sarili.

"Ah eh. Hindi na Nay, Maia. Gusto kong tulungan si Jake. Kawawa naman. Tatlo na lang sila doon. Tapos paalis pa si Inspector Dizon para puntahan ang patay sa tabi ng itim na ilog," pagsisinungalin ko.

"O, siya ikaw ang bahala. Kung hindi mo kami masusundo mamaya, magpapahatid kami kay Banjo. Ingat ka sa pagda-drive ha," paalam ni Rufa sabay talikod.

Sinundan ko ng tingin ang kanilang pag-alis. Papasok na si Rufa at Maia sa loob ng club nang marinig kong pinauna ni Maia si Rufa sa loob. Nalaglag daw ang walet niya sa tricycle ko kaya kailangan niyang bumalik. Nang marinig ko ito, agad kong inilabas ang cellphone ko at inilawan ang loob ng tricycle. Nakita ko ang walet ni Maia sa sahig. Kinuha ko ito para ibigay sa kanya. Tatayo na sana ako sa pagkaka-upo pero hindi ko namalayang umikot na pala siya sa driver's seat ng tricycle para lapitan ako. Nagsalubong ang aming mukha paglingon ko. Nagtama ang aming mga mata. Nakita ko ng malapitan ang maganda niyang mukha. Nakakaakit ito kahit sa dilim. Tumatama ang mainit na hininga niya sa aking pisngi. Naramdaman ko na lang ang mainit na kamay niya sa aking batok. Kinabig niya ako papalapit sa kanya at naglapat ang aming mga labi. Napapikit siya. Pumikit din ako. Nabasa ang aming mga labi. Naglaro ang kanyang dila sa loob ng aking bibig. Nagdikit ang aming mga dibdib at naramdaman ko ang init ng kanyang katawan. Napakapit ako sa kanyang maliit na baywang. Lalo kong itong idiniin papalapit sa akin.

Sa sandaling iyon, nalimutan ko ang lahat. Nalimutan ko ang patay. Nalimutan ko ang itim na ilog. Nalimutan ko ang mga damit kong duguan na nakatago pa rin sa ilalim ng upuan ng tricycle ko. Nalimutan ko ang nawawala kong inhaler. Nalimutan ko ang mukha ng lolo ni Jake. Nalimutan ko si Samuel.

Bigla na lang hindi ako makahinga. Bumilis ang tibok ng aking puso. Parang pinakikinggan ito ni Maia. Nanggigigil na si Maia. Kinakagat na niya ang aking labi. Dinidilaan na niya ang aking pisngi pababa sa aking leeg. Kinagat niya ang balat ko dito. Hinila na parang malutong na balat ng manok.

Ben! Sabi ng tinig sa aking isip. Napahawak ako sa magkabilang braso ni Maia at kumawala sa halik niya.

"Gusto kita, Ben," biglang sabi niya sabay yakap sa akin. Naramdaman ko uli ang init ng malambot niyang katawan.

Hindi agad ako nakasagot. Sa dami ng nangyari sa akin para akong nakasakay sa isang roller coaster. Hindi ko na malaman kung ano ang dapat kong maramdaman. Pero naramdaman ko ang sinseridad sa kanyang tinig. Habang magkadikit ang aming dibdib, naramdaman ko ang magkasabay na tibok ng aming puso.

"Nakita ko nang saktan ka ni Dominic sa balcony ng apartment mo," bigla na lang nasabi ko. Hindi ko alam kung bakit nasabi ko ito pero 'yun ang lumabas sa bibig ko.

Bumitaw si Maia sa pagkakayakap sa akin. Inayos niya ang kanyang damit at ang kanyang mukha. Ayaw niyang tumingin sa akin. Wala rin siyang balak mag-react sa sinabi ko.

"May relasyon ba kayo ni Dominic?" tanong ko. Wala uli siyang reaksiyon. Nagkunwari siyang inaayos pa rin niya ang kanyang damit.

"Wag mo ng sagutin, Maia." dagdag ko. "Di na mahalaga sa akin kung may relasyon kayo. Sumama ka sa 'kin.

Lalayo tayo sa lugar na 'to. Ilalayo kita kay Dominic," diin ko. Napatitig siya sa akin.

"Agad-agad, Ben? Hindi mo kilala si Dominic. Hindi mo alam kung anong pwede niyang gawin sa ating dalawa kapag nalaman niyang itinakas mo 'ko," sagot ni Maia. Nakita ko ang takot sa mata niya. Pero hindi ko ito pinansin. Naramdaman ko ang pag-init ng aking mukha.

"So ipakilala mo sa akin si Dominic!" sigaw ko. Hindi ko alam kung bakit ako biglang napasigaw. Napalingon si Maia sa paligid. Kinabahan siya na baka may makarinig. "Sabihin mo sa 'kin kung anong relasyon n'yo ni Dominic!" muli kong sigaw. Nakita kong kinakabahan na siya pero nakita ko rin ang kanyang pagka-inis.

"Ama ko siya, Ben! Okay! Tatay ko si Dominic!" ang galit niyang sambit. Hinablot niya ang kanyang walet sa kamay ko at tumakbo papasok sa club. Hindi agad ako nakagalaw sa pagtatapat na ginawa ni Maia. Nanlambot ako. Napaupo uli ako sa tricycle. Natulala ako. Paano nasisikmura ng isang ama ang pagbebenta ng katawan ng sarili niyang anak sa iba?

Ito ang iniisip ko nang may marinig ako paparating na sasakyan. Sumiksik ako sa dilim para magtago. Sinilip ko ito. Kotse ni Banjo. Bumaba si Banjo na may kausap sa telepono. Pinakinggan ko ang malakas nilang usapan.

"Yes boss," sambit nito habang bumababa sa kanyang sasakyan. *Boss? Iisa lang ang boss ni Banjo. Si Dominic.* Naisip ko. "Ngayong gabi ang plano, boss. 'Wag kang mag-alala boss, idi-deliver namin sa 'yo ngayon ding gabi," patuloy nito habang papasok ng club.

Nang hindi ko na siya makita, nagmamadali kong inistart ang makina ng tricycle. Bumalik sa isip ko ang nawawala kong inhaler. Kailangan ko ng puntahan ang patay sa tabi ng itim na ilog.

Pagdating ko sa may tulay, tumigil ako sa gitna nito para silipin kung naroon pa ang bangkay. Madilim ang paligid sa may tulay. Sa baba, dalawang liwanag ng flashlight ang parang naglalaro sa gitna ng dilim. Ang una sa tubig ng ilog. Ang pangalawa sa masukal na gubat sa kabilang side nito.

May isang flashlight ang nakatutok sa bangkay habang kinukunan ito ni Sergeant Sales ng larawan. Nakita ko si Inspector Dizon nakatayo sa likod ni Sergeant Sales.

Huminga ako ng malalim. Ini-replay ko sa isipan ko ang aking plano. Wala akong ibang opsyon kundi gawin ang dapat kong gawin ngayong gabi. Kung gusto kong malinis ang aking konsensya, kailangan malaman ko kung may nakita na silang ebidensya. Kung makita man nila ang inhaler ko sa tabi ng biktima kailangang makakuha ako ng matinding dahilan kung bakit naroon 'yun. Kailangang makalapit ako sa kanila.

Ibinaba ko ang tricycle mula sa tulay at ipinarada sa tabi ng daan malapit sa crime scene. Napatingin sa akin si Inspector Dizon nang patayin ko ang makina. Sinalubong niya agad ako pagtapak ko palang ng damuhan malapit sa tabi ng ilog.

"Ano ka ba, Ben!" sigaw niya sa harap ko. "Alam mo namang hindi ka pwedeng lumapit dito. Hanggang dito ka na lang, Ben," giit ni Inspector Dizon.

"Ah eh sir...Kuya Vince pala. Sorry po. Kumalampag lang makina ng motor ko kaya kailangan kong tumigil. Eh saktong nakita ko kayo ni Sergeant Sales kaya dito ko na rin ipinarada sa tabi," pagsisinungaling ko. Nadadalas na ang pagsisinungaling ko. "Ano po bang nangyari, Kuya Vince?" tanong ko habang inihahaba ang leeg para silipin ang patay.

"Wag mo ng alamin Ben. Baka mandiri ka lang," sagot ni Inspector Dizon. Tumalikod siya sa akin at tinawag si Sergeant Sales.

"Sales, tapusin mo na ang photoshoot mo at ng madala na agad natin ang patay sa morgue para ma-autopsy. Mamaya lang darating na ang backup na mobile. Kayong dalawa, maiwan kayo dito ha para maghanap ng ebidensya," sigaw ni Inspector Dizon habang papalapit sa dalawa pang pulis na kasama.

"Tapos na ko sir," sagot ni Sergeant Sales na agad tumabi sa akin.

"Sir, anong nangyari?" tanong ko habang nakatingin sa camera niyang hawak.

"Matibay ba ang sikmura mo, Ben?" tanong niya. Nakangisi si Sergeant Sales sa akin. Hindi ko alam kung excited siyang ipakita ang mga kuha niyang larawan o excited siyang makitang naduduwal ako.

"Okay lang naman, sir. Bakit po ba?" usisa ko. May pinindot siya sa buton sa camera at lumiwanag ang digital screen nito. Nakita ko ang unang larawan dito.

"Tingnan mo, Ben. Kalunos-lunos ang sinapit ng patay," sagot ni Sergeant Sales habang inilalapit sa akin ang screen ng camera niya. "Tingnan mo ang mukha. Parang pakwang kinain. Balat na lang ang natira. Ganun din ang tiyan at dibdib. Wala ng natirang lamang loob. Nawawala ang puso, bituka, apdo, lahat Ben. Sinaid. Kung hindi isang malaking hayop ang gumawa nito malamang isang taong sobrang sugapa sa droga o alak ang gumawa nito. Eh parang hayop na ang ugali," giit ni Sergeant Sales. Nag-swipe ang kanyang daliri sa screen at bawat swipe ng daliri niya ay palapit ng palapit sa leeg ng biktima ang focus ng screen.

"Teka lang sir, ano yang nasa leeg niya?" tanong ko. Huminto na ang daliri ni Sergeant Sales sa pag-swipe. Sabay kumunot ang nuo naming dalawa.

"Teka, tattoo. Parang ahas na tattoo. Nakapulupot sa leeg niya," sagot ni Sergeant Sales.

Tattoo? Ahas na tattoo? Nakapulupot sa leeg? Biglang lumipad ang isipan ko sa The Club. Nakita ko doon si Maia. Katabi ng isang customer na may ahas na tattoo sa leeg. Ito ba ang customer ni Maia? Ito nga! Hindi ako pwedeng magkamali.

"Ito pa, Ben. Tingnan mo. Dito natin masasabi na malamang isang hayop ang gumawa nito. Nakikita mo ba ang tatlong kalmot na 'yan sa kanyang leeg. Baon na baon di ba? Parang matulis na kuko ng uso. Pero sa kabilang banda, pansinin mo ang katawan niya. Sa sobrang dikit ng balat niya sa buto, parang may sumipsip ng dugo niya at laman. Wala namang hayop na gumagawa nun di ba?" patuloy ni Sergeant Sales.

Magkalapit lang kami ni Sergeant Sales pero hindi ko na naririnig ang kanyang mga sinasabi. Nagsabay-sabay na sa isipan ko ang lahat. Parang isang landslide. Ang customer ni Maia na may tattoo na ahas sa leeg. Ang mga kalmot na katulad ng kalmot na nakita ko kay Banjo nang mag-away kami. Ang mukha ng lolo ni Jake. Ang paglilipat ng sumpa nito sa iba bago mamatay. Ang pulang kapsula dahilan para mawala ako sa sarili. Ang duguan kong damit. Ang nawawala kong inhaler.

Bigla kong iniwan si Sergeant Sales at mabilis na lumakad papalapit sa patay.

"Oy Ben! San ka pupunta? Hindi ka pwedeng lumapit sa patay," sigaw ni Sergeant Sales. Napalingon sa amin si Inspector Dizon ganun din ang dalawa pang pulis. Mabilis silang kumilos para pigilan ako. Pero nahawakan agad ako ni Sergeant Sales sa balikat at kami ay sabay na natumba sa damuhan.

"Anong nangyari senyong dalawa, Sergeant Sales?" pagtataka ni Inspector Dizon.

"Ah eh. Wala sir. Nadulas lang kami ni Ben," pagsisinungaling ni Sergeant Sales.

***

HINDI ko na alam kung paano ako nakabalik sa apartment ni Jake nang hindi naaaksidente. Pakiramdam ko tulala ako sa buong biyahe mula itim na ilog hanggang dito sa bahay ni Jake. Pilit kong pinag dudugsong ang mga pangyayari pero sa tuwing mabubuo ko na ito ay ako rin mismo ang nagwawasak.

Pinatay ko ba ang customer ni Maia dahil nagselos ako? Pero bakit? Paano? Dahil ba sa drogang ginamit namin ni Jake o dahil ba sa tinanggap ko ang sumpang galing sa lolo ni Jake? Ang itim na bato ba sa dila ng lolo ni Jake ang simbolo ng sumpa? Kinuha ko ba 'to? Nilunok ko ba?

Imposible! Hindi nga ako naniniwala na totoo ang sumpa! Hindi ako naniniwala na totoong may aswang. Pero totoo nga ba na may aswang?

"Oy, Ben! Wag mong masyadong isipin si Maia. Mahal ka non. Hahaha!" sambit ni Jake sa aking tabi.

Natauhan ako nang ma-amoy ko ang pinaghalong amoy ng beer at suka sa kanyang hininga. Lasing na si Jake. Siniko niya ako ng malakas. Tumagilid ako sa pagkakaupo. Tsaka ko lang napansin na nasa balcony na kami. Nasa harap namin ang biscuit na pulutan at ang bucket ng beer in can. Sa baba ng balcony, natanaw ko ang ilang naglalamay. Madaling araw na, nag uwian na ang iba.

"Hindi si Maia ang iniisip ko, Jake. Ang lolo mo ang iniisip ko," sagot ko. Napa 'ha?' lang siya sabay tagay sa hawak na beer. "Narinig ko kanina ang usapan ng dalawang bisita n'yo, Jake. Kumakalat daw sa lugar na ito na aswang ang lolo mo at kaya daw ito namatay dahil naipasa na raw nito ang sumpa, ang pagiging aswang nito. Hindi lang nila matukoy kung kanino sa inyong magkapatid naipasa ang pagka-aswang ng lolo n'yo," patuloy ko. Napatingin sa akin si Jake. Parang nawala ang pagkalasing niya.

"Seryoso? Kalokohan lang 'yan, Ben. Wala kaming lahing aswang. Huwag mong paniwalaan mga tsismis na 'yan. Di ka na nasanay sa lugar natin. Uminom na lang tayo, Ben," sagot ni Jake. Lumagok siya ng beer. Huminga ako ng malalim. Noon din ay nagdecide na akong sabihin sa kanya kahit alam kong hindi siya maniniwala.

"Paano kung sa akin ipinasa ng lolo mo ang pagiging aswang niya, Jake?" sambit ko. Bigla niyang naibuga ang nilagok na beer. Kumayat ito sa kanyang bibig pababa sa leeg. Siya naman ang huminga ng malalim pagkatapos punasan ang beer sa leeg. Alam niyang seryoso ako at hindi titigil hangga't hindi siya naniniwala sa akin.

"Okay. Ben. Para matigil ka na tungkol sa aswang theory na 'yan. Natatandaan mo nang akyatin natin ang bahay ni Diego sa subdivision? Di ba kinumbinsi muna kitang mabuti para maniwala ka na si Diego nga ang nagnakaw ng cellphone nung isang klasmeyt ko. Katakot-takot na ebidensya pa ang hiningi mo sa 'kin bago mo ko samahang bawiin yun cellphone," anang Jake. Tumango lang ako. Tama si Jake. Ayaw kong pumayag noon na gawin 'yun panloloob sa isang bahay sa subdivision unless may mabigat na rason. At ganun nga ang ginawa ni Jake. Na-convinced niya ako.

"Ganun din ang gagawin mo ngayon, Ben. Convince me," giit ni Jake. Napatitig ako sa kanya. May excitement akong naramdaman dahil marami akong proof na pwedeng sabihin kay Jake.

"Okay. Jake. Makinig kang mabuti. Dahil dito palang maniniwala ka na," sambit ko. Tumingin sa akin si Jake na parang natatawa. Naniniwala siyang wala akong proof at hindi ko siya maku-convinced.

"Noong gabing ininom natin ang drogang dala mo, 'yun din ang gabing namatay ang lolo mo. Tama?" Tumango siya kasabay ng pagsabi ng 'so?'.

"Ikaw ang may sabi na mamamatay lang ang lolo mo kapag naipasa nito ang pagka-aswang niya. Tama? Patuloy ko.

"Hindi ako ang may sabi si Nanay Carol."

"Sa palagay mo bakit bigla na lang binawian ng buhay ang lolo mo nang gabing nag-iinom tayo dito at parehong wala sa sarili?"

"Coincidence, Ben." simpleng sagot niya.

"Sa palagay mo, Jake. Paano ako nakalabas ng bahay n'yo nong gabing 'yon gayung ayon kay Nanay Carol naka-lock lahat ng door lock ng front door n'yo paggising niya ng umaga?"

"E di tumalon ka dito," sagot ni Jake. Tumayo pa siya para lang tingnan ang taas ng balcony sa ground floor. Tumayo din ako.

"Sa palagay mo Jake hindi madudurog ang buto ko pagbagsak ko diyan?" Napa-isip si Jake.

"Hindi pa rin ako convince," sagot niya sabay upo ule sa balcony. Lumagok uli siya ng beer.

Umupo na rin ako sa tabi niya. Nilagok ko ang isang can ng beer. All the way down. Inubos ko. Napatitig sa akin si Jake. Nang maubos ko ang beer tsaka ako nagpatuloy.

"Okay, Jake. Ipapakita ko sa 'yo ang final proof na hawak ko."

"Ha? Nasan?" pagtataka ni Jake. Tinitigan ko siya bago ako sumagot.

"Kailangan nating pumunta ng morgue."

CHAPTER 10

INUBOS muna namin ni Jake ang isang bucket ng beer bago kami umalis papuntang morgue. Patutunayan ko sa kanya na may aswang sa lugar namin at ang aswang na iyon ay maaaring ako. Kung ako ang aswang, ibig sabihin, totoong naipasa ng lolo ni Jake sa akin ang sumpa - ang sumpa ng pagiging aswang nito.

Binilisan ko ang pagpapatakbo ng tricycle ko kahit na hindi naman dapat magmadali. Naririnig ko pa ang sigaw ni Nanay Carol sa ulo ko nang habulin niya kami. Saan daw kami pupunta? Kahit lumingon sa kanya ay hindi na namin nagawa ni Jake.

Marami akong nainom na beer. May kakaibang sarap na dala ang pagtama ng malakas na hangin sa aking mukha. Lalo kong pina-arangkada ang motor. Hindi ko alam kung anong meron sa pagmomotor pero kung sasakay ka sa motor mas mabuting ikaw ang driver kesa sa ikaw ang pasahero. Kung ikaw ang driver ng motor hindi mo ramdam ang bilis. Kung ikaw ang backride o pasahero matatakot ka sa bilis.

"Ben, pwede bang wag mong bilisan? Nawawala amats ko eh. Sayang ang beer na ininom ko!" sigaw ni Jake sa loob ng tricycle. Nagkunwari akong hindi ko siya narinig. Saglit pa at narating na namin ang morgue.

"Ben, ano bang gagawin natin dito?" usisa ni Jake. Ayaw pa niyang bumaba ng tricycle. Ayoko pa rin namang bumaba. Nag-iisip pa ako ng idadahilan sa isang pulis na nakabantay sa pintuan ng morgue. Si SPO1 Reyes. Sinagot ko siya ng hindi tumitingin sa kanya.

"Narito ang proof na ipinasa sa akin ng lolo mo ang pagka-aswang niya, Jake. Kilala mo ba 'yung bantay?"

"Oo. Kilala ko 'yan. Si SPO1 Reyes," sagot ni Jake.

"Okay. Tara na. Sabihin mong pinapunta ka dito ng Kuya Vince mo para kunan ng picture ang bangkay kasi nalimutang kunan ni Sergeant Sales," paliwanag ko.

"Ha? Bangkay?" pagtataka ni Jake habang bumababa kami ng tricycle.

Saglit lang at nasa harap na kami ni SPO1 Reyes. Hindi na naakaangal pa si Jake.

"Jake? Ben? Anong ginagawa n'yo dito? Madaling araw na ah," tanong ni SPO1 Reyes. Medyo napaangat siya sa pagkakaupo. Halata sa mukha niya na kanina pa niya nilalabanan ang antok.

"Pinapunta kami dito ni Inspector Dizon para kunan ng picture 'yun dinala dito na bangkay. Merong part daw na hindi nakunan ng picture si Sergeant Sales," sagot ni Jake.

"Ganun ba? Talaga yan si Sergeant Sales laging may nalilimutan. Sige pasok na kayo. Bilisan n'yo lang ha." Bumalik sa masarap na pagkakaupo si SPO1 Reyes pagkasabi.

Pumasok kami ni Jake. May isang table sa aming kanan. Ito siguro ang admission. Walang tao sa admission. Ilang hakbang sa unahan namin ay may kurtinang kulay green. Ininguso ko ito kay Jake. Sumenyas siya. Ako raw mauna. Itinaas ko ang green na kurtina. Pumasok ako. Sumunod si Jake. Sa loob nito ay may mga gamit at gamot para sa pag iimbalsamo. Nakapatong ang mga ito sa stainless na lamesa sa aming kanan. Napansin ko ang maliit na kanal sa tabi ng sahig. Sinundan ko ito at nakita ko ang host na nakatapat dito galing sa stainless na lamesang di gulong sa gitna ng silid. Dito dumadaloy ang dugo kapag nililinisan nila ang isang patay. Pero malinis ito ngayon. Walang bakas ng dugo. Nakapatong dito ang patay galing sa itim na ilog. Natatakpan ito ng puting kumot. Nakatitig lang ako dito. Palinga-linga naman sa paligid si Jake.

"Ano ba talagang gagawin natin dito, Ben?" tanong uli ni Jake.

"Di ba gusto mong makita ang proof? Ito ang proof, Jake," sagot ko habang papalapit sa patay. Hinila ko ang puting kumot at tumambad sa aming harapan ang kalunos-lunos na katawan ng bangkay.

Sa sulok ng aking mata, nakita kong bumuka ang bibig ni Jake na parang nasusuka. Nagpalinga-linga si Jake hanggang sa makita ang kanal sa sahig. Lumapit siya doon at yumuko. Nagsuka doon si Jake.

"Ano ba, Ben? Kung may gusto kang ipakita, ipakita mo na! Ayoko ng magtagal dito," angal ni Jake. Pero halos hindi ko na siya napapansin. Nakatitig lang ako sa bangkay. Parang gusto ko na ng nakakakita ng bangkay.

Una kong napansin ang nabiyak na tiyan ng bangkay. Ganito ang nakita ko kanina sa camera ni Segeant Sales. Wala na ang mga laman loob nito at mga vital organs. Napansin ko ang mariing pagkakapinid ng mga kamao nito. Sa isang saglit, parang naramdaman ko ang hirap na naranasan ng biktima habang sinisipsip ang kanyang dugo at laman. Wasak na wasak ang mukha ng biktima. Hindi na ito makilala. Pero kilala ko siya. Hindi ako pwedeng magkamali. Siya ang VIP customer ni Maia. Tiningnan kong muli ang tattoo na ahas nito sa leeg. Nakita ko doon ang dalawang maliit na butas na bakas ng dalawang pangil. Dito sinipsip ng aswang ang dugo ng biktima. Kahit may kaba sa dibdib ko, pinilit kong lumapit para makita itong mabuti. Hinawakan ko ang leeg ng bangkay at pinihit. Lumantad sa liwanag ang dalawang bakas ng dalawang pangil na bumaon sa leeg nito.

"Nakikita mo ba 'to, Jake? Ito ang proof na pinatay ito ng aswang. Picture-an mo," utos ko kay Jake.

"Ayoko," tanggi ni Jake habang tinutuyo ang bibig.

"Picture-an mo na tapos isend mo sa phone ko. Hindi tayo aalis dito hangga't di mo nakukunan ng picture 'to," giit ko.

Napilitan si Jake. Nilabas niya ang kayang telepono at kinunan ng picture ang kagat ng aswang.

"Na-convince ka na ba na totoong may aswang?" tanong ko kay Jake pagkapatong niya ng apat na bote ng beer sa aking harapan.

Nasa labas na kami ng 7-11 24-hour shop. Wala na raw beer sa bahay nila sabi ni Jake kaya pinatigil niya ang tricycle dito. Pumwesto kami sa isang stainless na bilog na lamesa sa ilalim ng malaking tulda. Madaling araw na kaya kami na lang ang customer.

Hindi agad nakasagot si Jake sa tanong ko. Sa nakita niyang lagay ng bangkay, iniisip niyang hindi ordinaryong tao ang gumawa ng krimen. Nakita ko ang malalim na pag-iisip niya habang tinatagay namin ang beer.

"Okay. Ben," biglang imik niya. "Malapit mo na akong ma-convince. Hindi na bago sa ating lugar ang ganitong insidente. Laging may nakikitang patay sa tabi ng ilog na iyon. Pero ngayon lang nagkaroon ng patay sa itim na ilog na karumaldumal ang lagay," sagot ni Jake. Tumingin siya sa akin.

"Yan din ang nasa isip ko, Jake," sagot ko. Biglang kumunot ang noo niya sa harap ko. Parang may bigla siyang naisip.

"Pero, Ben, assuming na aswang or halimaw ang gumawa noon, paano mo naman nasabing ikaw ang aswang o ikaw ang halimaw?" pagtataka ni Jake. Ito ang kanina ko pa hinihintay na itanong niya.

"Noong gabing pareho tayong nawala sa sarili, nagising akong nakadapa sa tabi ng itim na ilog, Jake. Nagising akong duguan at putikan at hindi alam ang nangyari," paliwanag ko.

Tumayo ako at kinuha ang puting plastic sa ilalim ng upuan ng tricycle. Ipinatong ko ito sa lamesa at binuksan sa harap ni Jake. Bahagyang napaurong si Jake habang takip ng kamay ang kanyang ilong.

"Di ba 'yan ang suot ko nung gabi? Tingnan mong mabuti, Jake. Babad 'yan sa dugo," giit ko habang tinuturo ang duguang damit.

"Oo. Nakita ko na. Itago mo na ule. O kaya itapon mo na. Nangangamoy na 'yan, Ben," angal ni Jake. Kinuha ko ang plastic bag at ibinalik sa ilalim ng upuan ng tricycle. Hindi ko alam kung bakit. Pero ayoko siyang itapon. Pailing-iling si Jake pag balik ko sa tabi niya. Seryoso na ang kanyang mukha.

"Sobra na 'to Ben," sambit ni Jake na halos ibulong na niya.

"Anong ibig mong sabihin, Jake?" tanong ko. Tumingin siya sa akin.

"Alam ko ang gusto mong gawin, Ben. Tungkol na naman ito kay Samuel hindi ba?" sagot niya. Napailing ako dahil hindi ko masundan ang gusto niyang sabihin.

"Ben, ilang beses ko ng ipinayo sa 'yo na kalimutan mo na ang nangyari sa inyo ni Samuel. Hindi ikaw ang pumatay kay Samuel. Aksidente ang nangyari, Ben. Huwag mong sisihin ang sarili mo sa isang aksidente na matagal ng nangyari, okay?" paliwanag ni Jake. Natulala ako sa kanyang sinabi. Lumagok siya ng beer.

"Ben," sambit niya. Hinawakan niya ang balikat ko at nagbuntong-hinga. Napansin kong basa ang kanyang mga mata. "Kaibigan mo ako. Please lang. Huwag mong gawin ito sa sarili mo. Hindi mo pwedeng sisihin ang sarili mo sa lahat ng makita mong mali sa mundo. Hindi ka aswang, Ben. Hindi ka mamamatay tao. Mabuti kang tao, " dagdag niya. Napakunot ang aking noo habang nakatingin sa kanya. Hindi mo alam ang lahat ng tungkol kay Samuel, Jake. Ito sana ang gusto kong sabihin sa kanya pero hindi ko magawang magsalita. Bakit, Ben? Bakit? Bakit mo pinabayaang malunod si Samuel? Pinikit ko ang aking mga mata. Pinigilan ko ang aking sarili. Ayokong sagutin ang tinatanong ng tinig.

"Pero, Jake...." sambit ko pagmulat ko. Galit na tumingin sa akin si Jake.

"STOP IT, BEN! Oo. Sige. Maniniwala na ko na aswang ka. Na ikaw ang pumatay sa bangkay na pinakita mo sa akin as proof. So anong gusto mong gawin ko, Ben? Sabihin ko sa Kuya Vince ko na ikaw ang killer. Na ikaw ang pumatay? Na ikaw ang dapat hulihin? Na ikaw ang dapat ikulong? Gusto mo bang sabihin ko na ikaw rin ang pumatay kay Samuel? Ito ba ang makakapag patahimik sa kalooban mo, Ben?"

Nang marinig ko ang mga sinabi ni Jake, hindi ako nakagalaw na parang istatwa. Tumigas ang buo kong katawan. May katotohanan lahat ang mga sinabi ni Jake. Tumagos iyon sa aking buto hanggang sa aking puso. Winawasak ko ang buhay ko dahil kay Samuel.

Tumigil sa pagsasalita si Jake at lumagok na lang sa hawak na beer nang makita niyang nakatungo na lang ako. Nagbuntong-hininga siya. Naramdaman ko na pinagsisisihan na niya ang pagsigaw sa akin. Pero tama naman si Jake. Gusto kong sabihin sa buong mundo na ako ang aswang, ako ang killer, ako ang may kasalanan, dahil...dahil gusto kong pagdusahan ang nangyari kay Samuel!

Saglit kaming walang imikan. Parehong nakikiramdam. Hindi namin namalayan ang paglabas ng isang anino sa aming harapan. Umupo ito sa aming harapan at tumawa na parang isang baliw. Naka-jacket ito na itim at may saklob na hood ang ulo. Naaninag ko ang nakangisi niyang payat na mukha nang lapatan ito ng kaunting liwanag. Matalas ang tingin ng mga mata niyang namumula. Mang Greg? Naibulalas ko sa aking sarili.

Sabay kaming napatayo ni Jake at napaurong. Natumba ang aming upuan. Kinuha ni Mang Greg ang dalawang bote ng beer na hindi pa namin nabubuksan at mabilis na tumakbo.

"Hoy! Beer namin 'yan!" sigaw ni Jake. Ibinato ni Jake ang hawak niyang bote ng beer. Nabasag ito sa kalsada.

"Tama na, Jake. Si Mang Greg lang 'yun," pigil ko nang balak pang habulin ni Jake.

"Kung meron mang halimaw dito sa lugar na ito, malamang si Mang Greg 'yun. Siya ang aswang, Ben. Hindi ikaw!" sambit ni Jake.

Napaisip ako sa sinabi ni Jake. Hindi nga kaya si Mang Greg ang aswang?

***

NAG-UWIAN na ang mga nakikipag lamay pagbalik namin sa apartment. Galit kaming sinalubong ni Nanay Carol.

"Jake. Ben. San ba kayo nagsuot? Wala tuloy akong makatulong dito kanina," naiinis na bati ni Nanay Carol. Sumabay siya sa amin papasok sa salas bitbit ang maruruming pinggan at baso.

"Pasensya na Nanay Carol. Ito kasi si Ben. Nagyaya sa 7-11. Naubos kasi namin ang beer sa balcony," dahilan ni Jake. Kunot-noong napatingin sa akin si Nanay Carol.

"Ikaw, Ben. Ano bang nangyayari sa 'yo? Napapansin kong kakaiba ang kilos mo ng mga nakalipas na araw ah," usisa ni Nanay Carol. Tumungo lang ako tapos kumamot sa ulo. Naupo ako sa sofa sa salas.

"In love lang 'yan Nanay Carol. Wag mong pansinin 'yan Nanay Carol. Hahaha," nagtatawang sabat ni Jake. Naupo rin siya sa sofa. Nakita ko ang antok sa mukha niya.

"Oh eh kanino naman in love 'yan?" tanong ni Nanay Carol pagtigil sa harap namin. Parang nawala ang pagka-inis nito at parang nangingiti na.

"Kay Maia. 'Yun kasama nila kanina dito," ani ni Jake.

"Ah 'yun ba? Bagay naman kayo, Ben." nakangiti ng sambit ni Nanay Carol.

Napangiti rin ako sa sinabi niya. Ayokong itanggi na in love ako kay Maia.

"Teka, Nanay Carol, umuwi na ba si Kuya Vince?" usisa ni Jake na binago ang usapan.

Nakaramdam ako ng antok habang nakikinig sa kanilang usapan. Lumubog bigla ang katawan ko sa malambot na sofa.

"Umuwi na kanina. Hinahanap ka nga, Jake. Pero umalis uli. Nagbihis lang. May bago na naman yatang i-imbestigahan. Simula ng mag file ng retirement 'yan si Chief Andaya, hindi na nakapirmi sa bahay ang kuya mo," sagot ni Nanay Carol.

Iilan lang din ang kapulisan sa lugar na ito at ang kuya lang ni Jake ang obvious na pwedeng pumalit kay Chief Andaya. Dapat lang. Isang tapat na pulis ang kuya ni Jake. Naisip ko.

"I-imbestigahan? Ano na naman daw 'yun, Nanay Carol," usisa ni Jake.

"Meron daw ninakawan sa isang bahay sa subdivision. Bahay daw ng dating kagawad. 'Yung si Kagawad Benjie."

Bigla akong nagising at napabalikwas sa pagkakaupo. Ninakawan ang bahay ni Tatay Benjie? Ulit ko sa sarili na parang sinisiguro ang aking narinig.

Si Kate? Kailangang malaman ko ang lagay ni Kate.

Tumayo ako. Napatingin sa akin si Jake.

"Ben, san ka pupunta?" inaantok na tanong ni Jake.

"May nalimutan ako, Jake. Kailangan ko munang umalis," sagot ko habang papalabas ng pintuan.

***

PAGDATING ko sa bahay ni Tatay Benjie, nakita ko ang kotse ni Inspector Dizon. Itinigil ko ang tricycle sa madilim na part ng kalsada. Pinuntahan ko ang pader na dinadaanan ko tuwing lihim akong papasok sa bahay ni Tatay Benjie. Napansin ko ang maraming bakas ng sapatos dito. Dito dumaan ang mga nanloob? Sa pader na dinadaan ko? Napabuntong-hininga ako. Kasalanan ko ang lahat. Kung sinabi ko kay Tatay Benjie na madaling akyatin ang pader ng bahay niya hindi sana sila nanakawan.

Pagtalon ko sa pader, agad kong sinilip ang salas. Nakita kong nag-uusap si Tatay Benjie at Inspector Dizon. Wala si Kate. Naisip kong puntahan sa kwarto niya. Natutulog na 'yon ng ganitong oras. Tahimik kong nabuksan ang backdoor at dumiretso sa hagdan papuntang second floor. Naroon ang room ni Kate.

Dahan-dahan kong binuksan ang pintuan sa room niya. Nakita kong nakahiga lang si Kate. Hindi pa siya natutulog. Namumula ang kanyang mga mata na parang galing sa pag-iyak. Nang tumingin siya sa akin, sumensyas ako para hindi siya mag-ingay. Niyakap niya agad ako paglapit ko.

"Kuya, Ben, ninakawan kami," sambit ni Kate nang kumawala sa pagyakap sa akin. Nanginginig ang boses niya na parang naiiyak.

"Alam ko, Kate. Kaya narito ako. Namukhaan mo ba kung sino?" tanong ko.

"Hindi Kuya Ben. May isinaklob sila sa ulo namin ni daddy tapos tinalian kami. Pero narinig ko ang pag-uusap nila. Parang tatlo sila, Kuya Ben."

"Sinaktan ba kayo, Kate?" pag-aalala ko.

"Hindin naman Kuya Ben. Kailangan lang daw nila 'yun bag ng pera. 'Yun ang sabi nila kay daddy. Nang makuha nila, bigla na lang silang umalis," lahad ni Kate.

"Paano kayo nakawala sa pagkakatali?" tanong ko uli.

"Tinanggal nila ang tali bago sila umalis. Magbilang daw kami ng 100 bago namin tanggalin ang saklob sa ulo." ani ni Kate.

"Mabuti hindi kayo sinaktan, Kate," sambit ko sabay yakap uli kay Kate.

"Oo nga Kuya Ben. Pero hindi na siguro ako makakalakad, Kuya Ben. Wala na ang perang gagamitin sa operasyon ko," naluluhang sambit ni Kate. Naramdaman kong lalong humigpit ang yakap niya. Napapapikit ako. Nakaramdam ako ng lungkot para kay Kate.

"Huwag kang mag-alala. Babawiin ko ang perang kinuha nila, Kate," pangako ko kay Kate.

Iisa lang ang nasa isip kong pwedeng tumalon sa matataas na bakod. Iisang tao lang ang kilala kong nangangailangan ng malaking halaga.

CHAPTER 11

"**B**EN!" gulat na sigaw ni Benjie pagbukas ng pintuan. Nakita niya kami ni Kate na magkayakap. Kumawala ako kay Kate at hinarap si Tatay Benjie. Nagpunas ng luha si Kate. Pumasok ng kwarto si Benjie at dumiretso sa malaking salaming bintana. Sinilip niya ang pag-alis ni Inspector Dizon. Narinig ko ang malakas na tunog ng kotseng papaalis.

"Anong ginagawa mo dito, Ben?" agad na tanong ni Tatay Benjie paglingon sa akin.

"Nabalitaan kong nanakawan kayo, Ta...Benjie," nautal kong sagot. Hindi ko alam kung bakit lagi kong nahuhuli ang aking sarili na tinatawag siyang Tatay Benjie at sa huli ay ikokorek ang sarili. "Gusto ko lang kumustahin si Kate," dagdag ko nang hindi siya sumagot at tumingin lang sa sahig na parang nag-iisip ng malalim.

"Hmm. Mabilis talagang kumalat ang balita sa lugar natin ano?" sambit ni Tatay Benjie pagdaka. Lumapit na siya kay Kate. "Okay, ka lang ba Kate anak," tanong niya habang hawak ng kanyang malalaking kamay ang dalawang namumulang pisngi ni Kate.

"Natatakot ako, daddy. Paano kung bumalik sila?" pag-aalala ni Kate. Ramdam ko ang takot sa maliit niyang boses.

"Wag ka ng matakot, Kate. Hindi na sila babalik. At tsaka narito kami ni Kuya Ben mo para bantayan ka," sagot ni

Tatay Benjie sabay lingon sa akin. " Di ba, Kuya Ben?" pagkunpirma ni Tatay Benjie sa akin.

Nabigla ako. Hindi ko alam ang isasagot ko. Wala sa plano ko ang magpalipas ng gabi sa bahay ni Tatay Benjie. Gusto ko ng kumprontahin ang mga taong gumawa nito kay Tatay Benjie at kay Kate bago pa nila mapaghatian ang pera. Pero nakita ko ang takot sa mukha ni Kate. Totoo iyon. Parang nakikiusap ang mukha ni Kate. Gusto niyang samahan ko siya. Hindi na ako nag-dalawang isip pa.

"Oo, Kate. Narito kami ni Tatay Benjie para bantayan ka," sagot ko. Tumango ako kay Kate pagkatapos ay ngumiti sa kanya. Mapait. Ngumiti rin si Kate. Matamis. Nilakihan ko pa ang aking ngiti. Matamis na ito. Noon lang ako ngumiti ng ganun. May kung ano sa ngiti ni Kate na nakakahawa.

"Salamat, Kuya Ben," sagot niya. Nilapitan ko siya para muling yakapin.

"Kung ganon, ituturo ko muna kay Kuya Ben mo kung saan siya matutulog. Kung may kailangan ka Kate anak huwag mong kalimutang i-press ang bell sa ulunan ng bed mo ha," sambit ni Tatay Benjie. Nakita kong nasa may pintuan na siya. Bumitaw na ko sa pagyakap ni Kate at lumapit kay Tatay Benjie.

"Good night, daddy. Good night, Kuya Ben," sabi ni Kate. Binalot ni Kate ng kumot ang maliit niyang katawan. Nakalabas lang ang ulo niyang nakahilig sa malambot niyang unan. Ipinikit niya ang basa niyang mga mata.

Lumabas kami ni Tatay Benjie mula sa kwarto ni Kate. Isinara niya ang pintuan nito pero nag-iwan siya ng isang dangkal na awang.

"Dito ka matutulog, Ben," sambit ni Tatay Benjie papalapit sa isang nakasaradong kwarto. Kalapit lang ito ng kwarto ni Kate. Nakasunod lang ako sa kanya. "Guest room ito kaya nakahanda na ang mga gamit diyan. Iyon naman ang kwarto ko. Pag may kailangan ka katukin mo lang ako dito," dagdag niya habang nakaturo sa silid na katapat lang ng silid ni Kate.

"Salamat...Benjie," sagot ko. Kumunot ang kanyang noo pagkatapos ay ngumiti.

"Ako ang dapat magpasalamat sa 'yo, Ben. Dahil pumayag kang bantayan si Kate. Salamat, Ben," giit ni Tatay Benjie. Ngumiti ako ng bahagya habang nakatingin sa kanya. "O sige na. Magpahinga ka na. Bukas na lang tayo mag-usap. Good night, Ben," paalam niya sabay talikod. Hinintay kong pumasok siya sa kanyang kwarto bago ako pumasok sa guest room.

Maliwanag ang kwarto pagpasok ko. Mas maliit ito kaysa sa kwarto ni Kate. Nakita ko ang toilet sa aking kanan. Sa pintuan nito ay nakaabang ang pares ng itim na tsinelas. *Isuot mo kami!* Para silang nagmamakaawa.

May kabinet sa aking kaliwa. May malaking salamin dito. Sa dulo ng silid ay may single bed sa tabi ng nakasaradong bintana. Nakatali sa magkabilang tabi ng bintana ang makapal na kurtina na parang naka-ponytail na buhok. Bigla kong naramdaman ang tama ng alak at ang pagod nang makita ko ang higaan. Lumapit ako dito at ibinagsak ang aking katawan. Dahan-dahan akong lumubog. Hindi ko akaling agad akong mapapapikit at makakatulog ng malalim at mahimbing. Pero hindi ito nagtagal. Ilang minuto lang siguro ang lumipas at naramdaman ko ang panginginig ng aking mga mata na parang gustong magmulat. Nilabanan ko ito. Gusto ko pang matulog. Sa kung anong dahilan, ayoko munang makita ang kaguluhan sa mundo. Pero nakaramdam ako ng pananakit sa aking tiyan. Kumakalam ito. Nakapikit pa rin, napahawak ako dito. Lalong kumulo ito. Umaangal na parang galit na aso. Mahapdi. Masakit. Napapilipit ang buo kong katawan na parang bulateng inasnan. Uminit ang aking mukha at ang buong kong katawan. Tumulo ang mga butil ng pawis sa aking mukha. Saglit pa at basa na ng pawis ang aking damit. Para akong sinisilaban. Nangangati ang aking gilagid pagkatapos ay sumakit. Namalayan ko na lang na may pangil na tumubo dito. Nananaginip ba ako? Bakit parang totoo ang lahat?

Lalong tumindi ang sakit ng aking gilagid. Kumati ito. Sumakit uli. Umabot ito hanggang sa aking ulo. Sinapo ko ito sa tindi ng sakit. Mariin. Mahigpit. Parang may litid sa ulo ko na malapit ng pumutok. Nakahawak pa rin sa aking ulo, may humigit sa aking buhok at ito ay nabunot. Nang tingnan ko ito, doon ko nalamang nanlalagas na ang buhok ko at sumabit ito sa mahahaba kong mga kuko.

Anak ng....Bulalas ko sa sarili.

Lumaki ang aking mga mata. Uminit ang mga ito. Parang nagliliyab. Sumabay dito ang paghapdi ng tiyan ko. Napabalikwas ako sa higaan at nalaglag sa sahig. Gumapang ako hanggang sa tapat ng malaking salamin. Laking gulat ko nang makita ko dito ang aking sarili. Ang totoong ako. Ang halimaw na ako. Ang aswang. Ang aswang na ako. Napatitig ako sa mapula kong mga mata. Umagos ang dugo dito. Pagkatapos sa salamin. May naaninag ako sa salamin. Isang larawang unti-unti lumilinaw. Naaninag ko ito dahan-dahan. Isang ahas naka-tattoo sa leeg. Habang iniisip kung anong ibig sabihin nito ay bigla itong gumalaw. Nakita ko ang duguang katawan ng customer ni Maia pagkatapos ay ang duguang katawan ni Tatay Benjie pagkatapos ay ang duguang katawan ni Kate. Napasigaw ako. Kate! Pero hindi ko boses ang lumabas. Hindi ko boses ang narinig ko. Boses ito ng isang halimaw. Boses ng isang nauuhaw na halimaw. Nauuhaw sa dugo at laman. Lumabas ang mahaba kong pangil sa aking pagsigaw. Tumulo ang dugo mula dito. Nang makita ko ito, binasag ko ang salamin.

Nagising akong pawis-pawisan ang buo kong katawan. Parang may mga kabayo sa dibdib ko na naghahabulan. Napabalikwas ako sa kama at naupo. Tumama sa katawan ko ang init ng araw. Umaga na. Nag-flash sa isip ko ang aking panaginip.

Tatay Benjie! Kate! Bulong ko sa aking sarili.

Mabilis akong lumabas ng kwarto. Unang kong sinilip ang kwarto ni Tatay Benjie. Walang tao. Sinilip ko ang kwarto ni Kate. Wala rin tao. Hinanap ko ang wheelchair. Hindi ko makita. Anong nangyari sa kanila? Nakaramdam ako ng pag-aalala.

Totoo bang nasa akin na ang sumpa ng lolo ni Jake at si Tatay Benjie at Kate ang mga biktimang isinunod ko sa VIP customer ni Maia? Hindi ko mapapatawad ang sarili ko kung tama ang mga kutob ko.

Mabilis kong nilakad ang hallway papunta sa hagdanan pababa sa salas, naghahanap ng bakas ng dugo. Nabawasan ang kaba ko dahil wala akong makita.

Maayos sa salas. Walang kakaibang nangyari dito. Habang kumakalma ang kabog sa dibdib ko may ingay akong narinig sa kusina. Napatingin ako sa direksyon nito at naisip na pumasok sa bukas na pintuan nito.

Habang papalapit, naamoy ko ang aroma ng isang masarap na pagkain. Napalitan ng gutom ang aking kaba. Tuluyan itong nawala nang makita ko si Tatay Benjie at Kate pagpasok ko.

Nakaupo si Kate sa kanyang wheelchair sa harap ng lamesa. Nakatayo sa tabi niya si Tatay Benjie. Inihahain niya ang almusal. Suot niya ang isang apron. May tatak ito ni Elsa ng Frozen. Sabay silang napatingin sa akin.

"Gising ka na pala, Ben. Upo ka dito. Mag-almulsal ka. Kape gusto mo?" tanong ni Tatay Benjie. Tumango ako. Naupo ako sa tabi ni Kate. Sa harap ng bilog na lamesa.

"Good morning, Kuya Ben," nakangiting bati ni Kate. Tumingin siya. Mabilis lang. Merong drawing book sa kanyang harapan. Meron siyang dino-drawing. Napatingin ako.

"Malapit ko ng matapos ang portrait mo, Kuya Ben," masayang sambit ni Kate. May pagka inosente sa boses niya. "Nagustuhan mo ba, Kuya Ben?" dagdag niya sabay abot sa akin ng drawing book. Kinuha ko ito at tiningnan.

"Oo. Kate. Maganda. Gusto ko. Kuhang-kuha mo ang mukha ko," sagot ko habang nakatingin sa pencil drawing ng mukha ko. Binuklat ko ang kasunod na pahina. Nakita ko ang drawing ng isang balerina.

"Katatapos ko lang idrawing 'yan noong isang araw, Kuya Ben," paliwanag ni Kate tinutukoy ang balerina sa gitna ng pahina. "Pag nakalakad na ako Kuya Ben gusto kong magsayaw. Gusto kong maging isang balerina tulad ni Elsa sa Frozen," inosenteng paliwanag ni Kate.

Narinig ko ang mahinang pagtawa ni Tatay Benjie habang pinapatong ang platong may bacon, hotdog, at egg sa harapan ko. Naupo na rin siya sa kabilang tabi ni Kate pagkatapos ipatong ang tasa ng kape sa aking kanan.

"Kate, anak, hindi ko alam na balerina pala si Elsa sa Frozen na movie," natatawang sambit ni Tatay Benjie pagkatapos ay humigop sa hawak niyang tasa ng kape. Napansin kong hindi pa niya hinuhubad ang apron na may tatak ni Elsa ng Frozen.

"Daddy, balerina si Elsa. Sumayaw siya sa ibabaw ng ice habang kumakanta," giit ni Kate. Nakatungo na siya at itinuloy ang kanyang pag-drawing.

"O sige na nga. Payag na ko. Hahaha," natatawang sambit ni Tatay Benjie. Ngumiti ako.

May kakaiba akong naramdaman habang kasama ko si Kate at si Tatay Benjie sa harap ng bilog na lamesa. Ito ang pinapangarap ko noong bata pa ako. Isang kumpleto at masayang pamilya. Magkakasamang nag-aalmusal tuwing umaga. Masayang nagku-kwentuhan.

Nagtatawanan. Tumingin ako sa bakanteng upuan sa aking kaliwa. Na-imagine kong nakaupo doon si Rufa. Kasama naming tumatawa. Kumikinang ang kanyang mga mata sa tuwa. Pero isa lang itong pangarap. At ang pangarap sa slum area ay imposibleng matupad. Uminit ang aking mga mata. Parang gustong tumulo ng aking luha. Pinigilan ko ito.

"Kumusta naman ang tulog mo, Ben?" tanong ni Tatay Benjie sa akin. Napatingin ako sa kanya mula sa pagkakatingin ko sa bakanteng upuan. Kinakain na niya ang pagkain sa kanyang pinggan.

"Okay naman po, Benjie," sagot ko. Kumain na rin ako. Napatingin ako kay Kate. Nagdra-drawing pa rin siya.

"Mabuti kung ganun, Ben. Pansin ko kasi kagabi na parang puyat ka at pagod," sagot niya. "Tinawagan ko na nga pala 'yun CCTV company na magkakabit ng camera dito sa paligid ng bahay. Ayoko ng maulit uli 'yun nangyari kagabi," dagdag ni Tatay Benjie. Hindi ko alam kung bakit niya sinasabi sa akin ito. Naisip ko na ganito siguro talaga pag nakikipag-bonding. Kailangang humanap ng kahit anong subject na mapag-uusapan para makilala mo ang isang tao. Pero wala akong alam tungkol sa mga camera o sa CCTV na binanggit niya. Hindi ako sumagot. Tumango lang ako. Tapos sumubo. Sumubo rin siya.

"Kumusta nga pala ang Nanay Rufa mo?" tanong niya habang ngumunguya. Gusto niya akong sumagot. Napilitan ako.

"Okay naman po siya, Tatay Benjie," sagot ko. Nadulas ako. Natawag ko siyang tatay. Pero parang hindi niya narinig. Pinalampas lang niya ito. Nakatingin siya sa kanyang pagkain.

"Malaki ang pinagbago ng Nanay Rufa mo nang huli ko siyang makausap, Ben. Ang huli niyang kwento sa akin ay manager na siya. Hindi niya binanggit kung saan. Hindi ko naman kasi tinanong. Nagkasalubong lang kami noon.

Pero pansin kong masaya siya. Masaya siyang kasama ka, Ben. Hindi tulad noong pinagbubuntis ka niya. Alam mo bang gusto ka niyang...alam mo na...ipa...tanggalin sa.... Kung di ko lang siya napigilan...." Natigilan si Tatay Benjie sa pagkukwento. Nakita niyang tumigil na ko sa pagkain. "Sorry, Ben. Napasobra yata ang daldal ko. Gusto ko lang sabihin na maayos na ang buhay ng Nanay Rufa mo ngayong kasama ka niya," dagdag ni Tatay Benjie.

"Naiintindihan ko po. Malaki na ang pinagbago ni Rufa...ni Nanay Rufa," sagot ko. "Di na po ako magtatagal. May si-serbisan pa ko ngayong umaga," paalam ko. Tumayo ako at nagpaalam kay Kate. Busy pa rin si Kate sa kanyang drawing. Narinig ko ang sambit niya. Bumalik daw ako.

"Hindi mo na naubos almusal mo," pigil ni Tatay Benjie sa akin.

"Hindi na po. Mali-late na ako sa service ko. Salamat po," paalam ko habang nakatayo sa pintuan papalabas.

***

NASA isip ko si Jake habang hinahatid ko si Angel at Marian sa kanilang pagpasok. Mainit ang hanging pumasok sa aking dibdib. Parang nag-aapoy ito kapag aking ibubuga. Mariing nakapinid ang aking mga panga. Alam kong si Jake ang nanloob sa bahay ni Tatay Benjie. Alam kong nangangailangan siya ng malaking halaga. Nabanggit niya minsan ang kanyang plano. Nang tumanggi ako, nagsinungaling siya. Sinabi niya na nakahanap na ng pera ang Kuya Vince niya para hindi ako maghinala. Kailangan kong malaman kung sino ang dalawa pa niyang kasama. Kailangang malaman ko kung nasaan ang bag ng pera.

Pagkatapos ihatid sa school si Angel at Marian, mabilis kong pinuntahan si Jake sa kanyang apartment. Wala pang naglalamay. Nakasarado pa ang pintuan nito. Si Nanay Carol ang nagbukas ng pintuan. Nakita ko ang pagtataka sa kanyang mukha dahil sa malakas at sunud-sunod kong pagkatok. Hindi na nagawa pang magtanong ni Nanay Carol. Pagbukas niya ng pintuan mabilis akong umakyat para sugurin si Jake sa second floor ng bahay niya.

Nakabukas ang pintuan ng kwarto niya kaya diretso akong nakapasok. Nakadapang natutulog si Jake sa kanyang kama nang aking makita. Tumindi lalo ang galit sa dibdib ko. Nagawa pa niyang matulog ng mahimbing.

Hinila ko ang kumot na nakabalot sa katawan niya. Hindi na niya nagawang magpalit ng damit.

"Jake!" sigaw ko. Umungol siya. Umungat ang ulo niya. Tumingin siya sa akin. Mapungay ang mga mata niya.

"Ben?" inaantok pang sambit ni Jake.

Hinila ko ang kwelyo ng damit niya. Pinitsaraan ko siya. Nahulog siya sa sahig mula sa kama. Nakita kong nagising ang diwa niya.

"What the f***! Ben!" gulat niyang sigaw habang gumagapang paurong papalayo sa galit kong mukha. Tumigil ang pag-urong niya nang mapasandal siya sa cabinet sa silid.

"Nasan ang perang ninakaw mo kay kagawad Benjie!" sigaw ko.

"Ben! Anong sinasabi mo? Wala akong alam, Ben!" sigaw din niya. Nakita kong may galit na sa mukha niya. Lalaban siya.

"Wag ka ng masinungalin Jake. Ibalik mo sa akin ang bag ng pera!" sigaw ko sabay sugod papalapit sa kanya.

"Ben, nababaliw ka na ba!" sigaw niya sabay sipa sa hangin.

Hindi ko napansin ang bilis ng galaw ng kanyang paa. Tumama ito sa tiyan at ako ay natumba. Galit na tumayo si Jake. Sumugod siya sa akin. Tumayo rin ako para salubungin siya. Pero hindi ko nakita ang paglipad ng kamao niya sa aking kaliwa. Tumama ito sa aking mukha. Napangiwi ako. Nakaramdam ako ng init sa aking kaliwang pisngi. Saglit nagdilim ang aking paningin. Pagmulat ko nakakita ako ng mga bituin. Narinig ko na lang na may sumisigaw. Sumisigaw si Nanay Carol.

"Tumigil kayong dalawa! Anong nangyayari senyo? Anong pinag-aawayan n'yo?" histerikal na sambit ni Nanay Carol.

Bumalik na ang katinuan ng isip ko. Saglit lang akong nahilo. Napansin kong nakasandal ako sa pader hawak ang masakit kong panga. Nakaupo na si Jake sa gilid ng kanyang kama. Galit siyang nakatingin sa akin. Nakatayo sa gitna ng silid si Nanay Carol. Tinatanong niya si Jake.

"Sumagot ka, Jake," pilit ni Nanay Carol.

Natagalan pa bago nakasagot si Jake. Nakatitig lang siya sa akin. Nag-iisip ng dahilan. Alam kong hindi niya sasabihin kay Nanay Carol ang tunay na dahilan ng aming pag-aaway.

"Ito kasing si Ben, Nanay Carol. Pinagpipilitan niyang may sumpa ang lolo ko. Aswang daw si lolo. At bago raw ito mamatay, ipinasa sa kanya ang sumpa, ang sumpa ng pagka-aswang ni lolo," ang narinig kong pagsisinungaling ni Jake.

"Totoo ba yun, Ben?" naiinis na tanong sa akin ni Nanay Carol. Wala akong nagawa kundi sumangayon sa pagsisinungaling ni Jake.

"Opo, Nanay Carol," sagot ko.

"Hayysss mga bata kayo," sambit ni Nanay Carol. Biglang nawala ang pagka-inis nito. Umupo ito sa tabi ni Jake. "Hindi n'yo dapat pag-awayan 'yan. May paraan naman para malaman kung aswang si Ben o hindi," patuloy ni Nanay Carol. Nagkatinginan kami ni Jake. Sabay kaming napatingin kay Nanay Carol.

"Paano po, Nanay Carol?" ang sabay din naming tanong.

"Puntahan n'yo si Mang Luis. 'Yun albularyo diyan sa may gubat. Magaling 'yun. Pagkatawid ng itim na ilog. Bago pumasok sa gubat makikita n'yo ang bahay niya. Kayo talaga oh, akala ko kung ano ng pinag-aawayan n'yo," sambit ni Nanay Carol. Tumayo na ito para lumabas ng silid. Tumigil ito sa may pintuan at muli kaming nilingon.

"Siyanga pala. May i-tsitsismis ako senyo ha. Nangangati ang dila ko ngayon kaya pagbigyan n'yo na ko. Wag n'yong sabihin kay Vince na sinabi ko senyo. Magagalit 'yun. Bumalik siya dito kaninang madaling araw. Narinig ko siya. Kausap tauhan niya sa telepono. May hinala daw siya na isang nagngangalang Banjo ang nanloob sa bahay ni kagawad Benjie!"

CHAPTER 12

HINDI pa rin ako makatayo mula sa pagkakaupo ko sa sahig ng silid ni Jake. Natigilan ako sa huling sinabi ni Nanay Carol. Si Banjo ang nanloob at nagnakaw sa bahay ni Tatay Benjie.

Naalala ko noong nasa club ako. Noong gabing hinalikan ako ni Maia. Dumating si Banjo sa club. May kausap siya sa telepono. Ang salitang "plano" na narinig ko ay ang planong pagnanakaw at ang idi-"deliver" nila ay ang bag ng pera. At alam kong si Dominic ang kausap niya sa kabilang linya dahil sa paulit-ulit na pagsasabi niya dito ng "boss".

Nagdiin ang aking panga nang maalala ko ito. Kumirot ang kaliwang kong pisngi. Dito tumama ang matigas na kamao ni Jake. Napapikit ako. Pag mulat ko nakatingin na ako kay Jake.

Nakaupo pa rin si Jake sa gilid ng kanyang kama. Hindi siya gumagalaw. Hindi na siya nakatingin sa akin. Nakatingin na siya sa namumulang kamao niya. Ang kamaong tumama sa aking kaliwang panga. Umiling-iling ang kanyang mukha. Alam ko ang iniisip niya. Hindi siya makapaniwala na bilang matalik na magkaibigan, nagawa ko siyang pagbintangan.

Ilang minuto rin kaming walang imikan. Kilala ko si Jake. Madaling mawala ang kanyang tampo. Hahayaan ko lang na lumipas ang galit niya sa akin. Alam kong magiging okay din siya.

"Hindi ko alam na malakas kang sumuntok," sambit ko nang makita kong kalmado na ang kanyang mukha. Ginalaw-galaw ko ang aking panga. May konting kirot pa akong nadama.

"Youtube university. Mix Karate Boxing 101," sagot ni Jake. Isinuntok niya ang namumulang kamao sa hangin para magyabang. Tumingin siya sa akin. Ngumiti siya. Ngumiti rin ako. Bigla akong napa-aray. Kumirot ang panga kong nasuntok niya.

"Okay ka lang ba?" tanong ni Jake.

"Okay lang ako," sagot ko. Lalo akong napangiwi.

Tumayo si Jake at lumapit sa akin. Iniumang niyang ang isang kamay sa harap ko para tulungan akong tumayo. Inabot ko ang kamay niya at hinila niya ako para makatayo. Sinipat niya ng tingin ang masakit na panga ko.

"Mukhang kailangan mo ng ice pack," sabi niya.

Mabilis nawala si Jake sa harap ko. Hindi na niya hinintay ang sagot ko. Mamaya lang ay bumalik siya. Dala niya ang yelong nakabalot sa isang puting towel. Iniabot niya ito sa akin.

"Eto, ilagay mo diyan. Naalala ko walang nga pala kaming ice pack," sambit niya.

Inabot ko ito at inilapat sa aking panga. Naramdaman ko ang lamig nito. Napalitan ng lamig ang kirot.

"Nagtataka lang ako, Ben," ani ni Jake habang nakatayo sa aking harapan. Napatingala ako sa kanya. "Bakit galit na galit ka nang manakawan si kagawad Benjie?" tanong ni Jake.

Iniiwas ko ang tingin sa kanya. Inisip ko kung sasabihin ko sa kanya ang totoo. Naalala ko ang usapan naming dalawa - di kami magtatago ng lihim sa isa't isa.

"Mahabang kwento, Jake. Wag mo ng alamin," sagot ko para iwasan ang kanyang tanong.

"Paiksiin mo, Ben," giit ni Jake. Isa ito sa ugali ni Jake. Hindi siya titigil hangga't hindi niya nalalaman ang dapat malaman.
Nagbuntong-hininga ako. Nakatingin pa rin siya sa akin. Naghihintay.

"Okay," sabi ko. "Anak ako sa labas ni kagawad Benjie," pagtatapat ko. Napakunot si Jake ng noo pagkatapos ay ngumiti.

"What?" anang Jake. "Sabi ko na. Anak-mayaman ka eh. Kaya pala noong una tayong magkakilala hindi ako makapaniwala na nakatira ka sa slum area. Hindi ka naman talaga bagay dun, Ben," dagdag niya. Napangsinghal ako at napayuko.

"Hindi mayaman si Tatay Benjie, Jake. Noon siguro pero ngayon hindi na. Nalulugi na ang negosyo niya at may kapatid akong kailangang operahan para makalakad. Tapos ngayon, ninakaw pa ni Banjo ang perang nakalaan para sa operasyon," paliwanag ko.

"Hindi ba si Banjo ang boyfriend ni Nanay Rufa?" usisa ni Jake.

"Oo. At alam kong sinasaktan ni Banjo ang nanay ko, Jake," sagot ko.

"Hayop pala talaga ang Banjo na 'yun. Ano ngayon ang balak mo?" tanong uli ni Jake.

"Hindi ko alam, Jake. Leader ng sindikato ang boss ni Banjo. Si Dominic. Hindi ko alam kung paano ko mababawi ang pera at kung paano ko mailalayo si Nanay Rufa at si Maia sa kanila."

"Si Maia?" pagtataka ni Jake.

"Oo, Jake. Kailangang ko rin mailayo sa kanila si Maia," sagot ko.

"Makakaisip ka rin ng paraan, Ben. Sigurado ako. Tutulungan ka namin ni Kuya Vince. For the mean time, Ben. Puntahan muna natin 'yun sinasabi ni Nanay Carol na albularyo sa may gubat, si Mang Luis. Na-curious ako eh," sambit ni Jake.

"Tama ka, Jake. Para matapos na ang pagtatalo natin kung aswang ako o hindi at kung totoong ngang may sumpa ang lolo mo at kung naipasa niya sa akin ang sumpa ng pagiging aswang. Tara!" yaya ko kay Jake.

NANG marating namin ang bahay ni Mang Luis sa bungad ng gubat pagkalampas ng itim na ilog, hindi kami makapaniwala sa laki ng bahay nito. Mas malaki pa ito sa bahay ni Tatay Benjie.

Ipinarada ko ang tricycle sa tabi ng isang magarang kotse. Pareho kaming napatingin ni Jake dahil noon lang kami nakakita ng ganun kagandang kotse.

"Bigatin pala ang mga pasyente ni Mang Luis," hindi makapaniwalang sambit ni Jake.

Nakatingala na kami sa mala mansyong bahay ng albularyo sa tabi ng gubat. Sinundan ko si Jake papalapit sa front gate. Nasilip namin ang isang katiwala sa loob. Binuksan nito ang gate nang makita kami. Pinapasok kami agad ng katiwala at dinala kami sa isang waiting area. Puno ang loob nito ng mga antique na rebulto ng mga santo. Nagkikintaban ang mga ito dahil sa varnish. Nagsabi ang katiwala na hintayin namin na matapos manggamot si Mang Luis at ito ay lalabas din.

"Ben, hindi kaya singilin tayo ng mahal?" pag-aalala ni Jake.

"Magtatanong lang muna tayo, Jake," sagot ko.

Maya-maya may lumabas na ang isang matandang intsik na may hawak na baston mula sa isang malaking pintuan. May dalawang nurse na umaakay sa magkabilang tabi nito. Mas matanda ang isang nurse kesa sa isa.

May nakasunod sa kanilang isang malaking lalaki na may edad na. Halata na ang mga puting buhok na tumutubo sa gilid ng sinuklay niyang buhok. Kahit na may ilang kulubot na sa bilugang mukha nito ay maaliwalas ang itsura nito. Brown ang suot niyang slacks. Bulaklakan ang suot na polo niyang puti. Nakabukas ang butones nito sa itaas. Napansin ko ang medallion sa kanyang dibdib. Parang nakita ko na ito kung saan.

Nagpaalam ang matandang nurse sa lalaki at binanggit nito ang pangalang Mang Luis. Nalaman namin ni Jake na ang lalaki ay si Mang Luis.

Nang makaalis na ang matandang intsik at dalawang nurse, hinarap kami ni Mang Luis. Tiningnan niya kaming dalawa ni Jake mula ulo hanggang paa.

"Pasensya na. Hindi kami nag-ientertain ng mga nagsusolicit," kunot-noong sambit ni Mang Luis.

Nagkatinginan kami ni Jake.

"Hindi po kami magsu-solicit, Mang Luis," sagot ni Jake. "Ito po kasing kaibigan ko, pakiramdam niya aswang siya," dagdag ni Jake.

Bigla akong nakaramdam ng hiya nang titigan ako ni Mang Luis. Tiningnan niya ako na para akong may sira sa ulo. Gusto kong magalit kay Jake sa pagiging diretso niya sa pagsasalita. Gusto kong kontrahin ang sinabi ni Jake. Gusto kong itanggi ito at umalis na lang.

"Aswang?" ulit ni Mang Luis. "May pambayad ba kayo?" nangingiting dagdag ni Mang Luis.

"Ah eh magtatanong lang po muna sana kami," sagot ni Jake. Biglang natawa si Mang Luis na parang nasasamid. Pagkatapos ay seryosong tumingin sa amin ni Jake.

"Hindi n'yo yata naiintindihan. Hindi ako normal na albularyo na makikita n'yo lang kung saan. Hindi ako si Mang Kepweng. At lahat para sa akin ay may bayad. Maging ang pagtatanong lang," paliwanag ni Mang Luis. Nakita kong biglang nagbago ang magalang na mukha ni Jake. Nagkagat labi si Jake. Nag-iisip. Maya-maya ay tumingin si Jake sa akin.

"Tara na, Ben. Lampas na yata sa kaalam at expertise ni Mang Luis ang tungkol sa mga aswang. Maghanap tayo ng talagang marunong," yaya sa akin ni Jake. Nakatalikod na kami ni Jake nang tawagin kami pabalik ni Mang Luis.

"Sandali lang. Pwede kong gawing libre ang unang konsulta ng kaibigan mo," sabit ng napilitan si Mang Luis. Tumingin sa akin si Jake para kumindat. Nginitian ko siya. Hindi ko alam na may ganitong talento si Jake - ang paglaruan ang kayabangan ng isang tao.

Habang inihahatid kami ni Mang Luis sa silid-gamutan niya, pansin ko ang pagkainis niya sa amin. Minaliit ni Jake ang kanyang kakayahan kaya ngayon patutunayan niya sa amin ang lahat ng alam niya tungkol sa aswang...kahit pa libre. Well done, Jake! Bulong ko sa aking sarili.

Pinaupo kami ni Mang Luis sa isang malambot na sofa nang marating namin ang silid. Medyo may kadiliman sa loob ng silid-gamutan niya. May mga istanteng mga libro lang ang nakalagay. Meron namang mga istanteng puno ng iba't ibang klase ng mga dagger sa loob ng salamin. Ang ibang dagger ay may hugis na parang mga krus. Napansin ko ang buntot ng pagi na nakadisplay sa loob kasama nito. Ang iba ay hindi ko na malaman kung para saan at kung ano. Naupo si Mang Luis sa isang sofa sa aming harapan. Naiisip kong ito siguro ang upuan niya kapag nanggagamot. Nagsindi siya ng sigarilyo. Ngayon lang ako nakakita ng albularyo o manggagamot na hindi sumusunod sa healthy living. Hindi ko na lang ito pinansin at sa palagay ko ay ganun din ang ginawa ni Jake.

"Ang mga aswang ay masamang ispirito na may kakayahang magbago ng anyo. Pwede silang maging tao, hayop, at bagay. Pwede silang maging bampira, mangkukulam, mabangis at malaking aso," panimula ni Mang Luis. Malagong at malalim ang boses niya. Napansin kong itinatago niya ang kanyang mukha sa dilim habang nagsasalita. Tanging usok lang sa paligid niya ang nasisinag ko. "Pwede silang lumabas sa araw dahil hindi sila naapektuhan nito. Pero, mas mahina sila sa araw. Umaatake sila sa gabi kasi naniniwala sila na tulog ang Diyos sa mga oras na ito. Mapula ang kanilang mga mata dahil hindi sila natutulog sa gabi hangga't wala silang nabibiktima. Nakakapagbago sila ng boses para maakit ang biktima at kapag naglalakad baliktad ang kanilang mga paa. May dalawang klase ng aswang. Ito ang mga tik-tik at wak-wak. Ang tik-tik ay gumagamit ng mga tinig sa paghahanap ng biktima. Tik tik ang tunog na kanilang nililikha. Ang wak wak naman ay parang manananggal. Nahahati ang kanilang katawan. Ang sanggol sa sinapupunan ang kadalasang biktima nila. Pag minsan, mga taong may malubhang sakit," pagtapos ni Mang Luis. Humihithit siya ng sigarilyo. Binalot muli siya ng usok.

"Paano n'yo po malalamang aswang ang kaibigan ko?" tanong ni Jake.

"Lumapit ka sa akin, Ben," utos niya. Napatingin ako kay Jake. Tumango si Jake para sabihing sundin ko si Mang Luis. "Tama ba? Ben ang pangalan ng kaibigan mo?" tanong ni Mang Luis.

"Opo. Ben po ang pangalan niya," sagot ni Jake. Lumapit ako kay Mang Luis.

"Lumuhod ka, Ben," utos muli ni Mang Luis. Tumingin uli ako kay Jake. Tumango uli si Jake. Lumuhod ako sa harap ni Mang Luis. Naramdaman ko ang malambot na carpet sa aking tuhod. Pinatay ni Mang Luis ang sigarilyo sa ashtray sa kanyang tabi. Inilapit niya ang kanyang mukha at tsaka tiningnan ako sa mata.

"Kapag tumingin kang mabuti sa mata ng isang aswang, makikitang mong baliktad ang iyong repleksyon," sambit ni Mang Luis habang nakatingin sa aking mga mata. Gusto ko ng kumurap. Nakita ko ang repleksiyon ko sa kanyang mga mata hindi ito baliktad. Hindi aswang si Mang Luis. Naisip ko.

"Hindi ka aswang, Ben," sambit ni Mang Luis. Pagkatapos ay bumalik sa maayos na pagkakaupo si Mang Luis.

"Sigurado ka po ba, Mang Luis?" tanong ko pagbalik ko sa upuan. Nakita ko ang pagkainis sa mukha ni Mang Luis at biglang siyang tumayo.

"Sa dami ng sinabi ko sa inyo tungkol sa aswang hindi pa rin kayo naniniwala? Makakaalis na kayo," sagot ni Mang Luis.

Tumayo na rin kami ni Jake. Inilabas ko ang cellphone sa bulsa ko at ipinakita ang larawan ng bangkay na pinuntahan namin ni Jake sa morgue.

"Isa na lang po Mang Luis. Sa tingin n'yo po ba kagagawan ito ng isang aswang?" tanong ko.

Hindi pagkagulat ang nakita ko sa mukha ni Mang Luis habang nakatitig sa larawan kundi magkahalong takot at lagim. Inalis niya agad ang larawan sa kanyang mukha at pinagtabuyan kami papalabas ng kanyang bahay.

"Hindi n'yo alam ang ginagawa n'yo. Hindi n'yo kilala ang kinakanti n'yo. Mas masahol pa 'yan sa isang aswang. Isang kadilimang hindi n'yo dapat ginagambala o pinapakialaman," galit na sambit ni Mang Luis.

Umalis kami ni Jake mula sa bahay ni Mang Luis na nagtataka sa kakaibang reaksiyon nito nang makita ang larawan.

"Naiisip mo ba ang naiisip ko, Ben?" tanong sa akin ni Jake pagsakay namin sa tricycle.

"Oo, Jake. Iisa ang iniisip natin," sagot ko.

CHAPTER 13

KINABUKASAN ng umaga, hindi muna ako nagservice kay Angel at Marian. Libing ngayon ng lolo ni Jake. Inihanda ko ang tricycle para ihatid si Rufa at Maia sa apartment ni Jake. Simula doon ay magsisimula ang prusisyon ng patay papuntang sementeryo.

Iniisip ko na magpapahatid si Rufa at Maia kay Banjo sa apartment ni Jake kaya inunahan ko na si Rufa. Sinabi ko kay Rufa na ako na ang maghahatid sa kanila. Kailangang ako ang maghatid sa kanila. Sisimulan ko ng ilayo si Rufa at Maia kay Banjo. Pero nagkamali ako. Mukhang si Banjo ang lumayo sa kanila.

Nalaman ko kay Rufa kung bakit isang araw ko ng hindi nakikita si Banjo. Hindi na rin pala ito nagpapakita kay Rufa. Mabuti. Naisip ko. Nagtatago ba siya? Nagpapalamig pagkatapos nakawan ang bahay ni Tatay Benjie? O nadampot na siya ng grupo ni Inspector Dizon? Dinala sa isang tagong lugar para doon pahirapan? Hindi ko alam. I can only guess. At kadalasan ang mga hula ko ay mali.

Tiningnan ko ang oras sa phone ko. Ten minutes na wala pa si Rufa. Naiinip na ko. Hindi maganda ang laro sa basketball court. Kanina pa ako nanonood. Hindi ko alam kung malaki ba 'yun bola o maliit ang ring. Kahit ilang beses na may mag-rebound ay hindi pa rin pumasok ang bola. Napapangiwi na lang ako. Ako ang nahihirapan para sa kanila. Nalaman kong pareho lang pala ito sa pakiramdam mo kapag sinusubukan mong kontrolin ang buhay mo. Parang bola. Ayaw pumasok sa ring.

Ibinaling ko ang aking tingin sa paligid. Naalala ko si Mang Greg. Katulad ni Banjo, hindi ko na rin siya nakikita simula noong nakawin niya ang dalawang bote ng beer namin ni Jake. Tiningnan ko ang tindahan kung saan siya madalas umutang ng alak. May isang lalaking bumibili dito. Naka-jacket din na itim pero hindi ito si Mang Greg. Hindi nakasaklob ang hood nito sa ulo.

Napabuntong-hininga ako. Naisip ko ang sinabi ni Jake na malamang si Mang Greg ang aswang. Naisip ko rin ang sinabi ni Mang Luis na mas nakakatakot pa sa aswang ang pumatay sa bangkay na sa larawan sa aking telepono. Aswang man o hindi, iisa lang ang nasa isip ko - may isang halimaw ang nagtatago sa dilim sa aming lugar at maaaring pumatay uli ito. Naalala ko kung gaano kalalim ang butas na ginawa ng mga pangil ng halimaw sa leeg ng biktima. May halimaw. May pangil. Nararamdaman kong papatay uli ang kanyang pangil sa dilim.

Kung totoo ang sinabi ni Mang Luis. Kung totoong hindi ako aswang. Na hindi ako ang halimaw. Na hindi ako ang pangil na nagtatago sa dilim, bakit biglang nawala ang aking asthma? Paano ko nakalmot sa mukha si Banjo ng ganun kalalim gayun wala naman akong mahabang kuko? Paano ako nakababa at nakalabas sa apartment ni Jake na hindi dumadaan sa front door? At kung tumalon naman ako sa balcony (which is only the next possible option) bakit hindi ako nabalian? Kaninong dugo ang nasa mga damit ko na hanggang ngayon ay nasa ilalim pa rin ng upuan ng aking tricycle?

Naabot ng aking tingin ang itim na ilog sa kabilang kalsada. Naalala ko ang aking inhaler.

"Ben!" narinig kong sigaw ni Rufa mula sa aking likuran. Pasakay na siya ng tricycle ng lingunin ko. "Tara na, Ben. Dadaanan pa natin si Maia," ani ni Rufa habang inaayos ang laylayan ng itim niyang skirt pag upo. Hindi ako sumagot.

Walang nakakaalam ng pangil sa dilim kundi kaming dalawa ni Jake. At si Jake, alam ko, curious lang siya pero hindi fully naniniwala. Paano kung ang kasunod na biktima ng pangil sa dilim ay si Rufa? O si Maia? O si Kate? O si Tatay Benjie? O si Jake? May pag-aalala akong naramdaman. Kailangang malaman ito ni Inspector Dizon. Kailangan ipakita ko kay Inspector Dizon ang bakas ng kagat ng pangil sa dilim sa leeg ng biktima. Pero maniniwala ba siya? O iisipin niyang nasisiraan na ako ng bait? Nababaliw na nga ba ako? Naisip ko ang mga ito habang pinapa-start ang tricycle. Puro tanong walang sagot. Napailing ako.

Bago kami makalayo, muli akong tumingin sa basketball court. Finally, pumasok ang bola sa ring.

Natanaw ko ang itim na ilog habang tinatahak ng tricycle ang main road papunta sa lumang tulay. Nakita ko ang maitim na tubig nito. Tahimik. Walang alon. Walang gumagalaw. Kahit ang kadiliman may kakayahang magpanggap na isang paraiso.

Nadaanan namin ang lumang tulay. Naisip ko ang mukha ng lolo ni Jake. Nakaluwa ang mga mata nito. Nakanganga ang bibig at nakalabas ang dila. Sa gitna ng dila nito ay ang itim na bato. Imahinasyon ko lang ba ito? Gawa-gawa lang ba ito ng mapaglarong isipan ko? Gawa ba ito ng droga na inilagay ni Jake sa iniinom kong beer? At anong ginagawa ni Samuel sa paanan ng hagdanan? Nakatingin siya sa akin na parang may gustong sabihin. Gusto ba niyang sabihin sa akin na alam niya kung bakit ko siya pinabayaan na malunod? Ako ba ang sinisi niya sa kanyang pagkamatay?

Naririnig ko pa sa isip ko ang tinig ni Rufa noong mga bata pa kami ni Samuel.

Samuel, baon mo.
Samuel, laruan para sa 'yo.
Samuel, happy birthday sa 'yo.
Samuel, kain ka na.
Samuel...Samuel...Lagi na lang si Samuel.

Pag nasa bahay si Samuel nawawala ako sa paningin ni Rufa. Ni Nanay Rufa. Para kay Rufa, si Samuel lang ang mahalaga sa kanyang mga mata. Nagseselos ba ako? Oo. Sino ba ang hindi?

Naalala ko ang sinabi ni Tatay Benjie na balak ni Rufa na ipa-abort ang sanggol sa kanyang sinapupunan. Balak ni Rufa na patayin ang ako sa kanyang tiyan. Gusto ni Rufa na tanggalin ang ako sa kanya.

Hindi ako nabigla nang sabihin ito ni Tatay Benjie sa akin. Kahit di sabihin ni Tatay Benjie alam ko. Ramdam ko. Nasasaktan ako. Pero okay pa rin ako.

Nagbago na nga ba si Rufa? Nagsinungaling ako nang sabihin ko kay Tatay Benjie na nagbago na si Rufa. Si Rufa pa rin ang babae sa aking ngayon, sa aking nakalipas, at sa aking bukas. Hindi siya magbabago.

Natanaw ko ang mabilis na paparating na truck sa kabilang linya ng kalsada. Nakita ko ang mukha ni Rufa sa side mirror sa aking harapan. Naisip kong salubungin ang truck. Pero nakita ko dito ang mukha ni Maia. Malapit na kami sa apartment ni Maia. Nakatayo si Maia sa tabi ng kalsada. Sa tapat ng apartment niya. Sa ilalim ng balcony.

Ipinarada ko ang tricycle sa tapat ni Maia. Naghihintay na siya sa tabi ng kalsada. Bumaba si Rufa para yakapin siya. Beso-beso. Ngumiti si Maia sa akin habang kayakap niya si Rufa. Ngumiti rin ako sa kanya. Naalala ko ang malaking cabinet ni Maia na sinasabi ni Jake na naglalaman ng pera ni Dominic. Nandito rin kaya ang perang ninakaw ni Banjo sa bahay ni Tatay Benjie? Kung narito ang pera, may kinalaman kaya si Maia sa pagnanakaw sa bahay ni Tatay Benjie?

Narating na ng prusisyon ng patay ang sementeryo. Thirty minutes bago namin narating ito. Tanghali na. Katatapos lang ng obituary ni Father. Nawala ang antok ko. Nawala ang antok ng lahat. Binababa na nila ang casket ng lolo ni Jake. Nakatingin si Jake. Nakatingin si Inspector Dizon. Katabi niya si Nanay Carol. Katabi ni Nanay Carol si Mommy Ester. Matino siya ngayon.

Payapa ang mukha ni Mommy Ester habang nakatingin sa casket na dahan-dahang bumababa sa hukay. Six feet below the ground. Ganun lang kalalim ang pupuntahan natin kapag patay na tayo. Pero parang ang layo nito kapag naramdaman mo ang sakit kapag iniwan tayo.

Alam kaya ni Mommy Ester na tatay niya ang laman ng casket na iyon? May lumipad na itim na paru-paro sa harap ni Mommy Ester. Nagbago ang itsura ng kanyang mukha. Nakangiti na siya ngayon.

Tumingin ako sa paligid. Walang umiiyak. Bakit pag matanda ang nilibing walang umiiyak? Tumingin ako sa langit. Madilim. Parang uulan. Gusto kong umalis sa aking kinatatayuan. Hindi ako mapakali. May umiipit sa akin. May sumisiksik.

Napansin kong nasa gitna ako ng dalawang babaeng nakaitim. Nasa kanan ko si Rufa. Naka-shades siya. Umiiyak kaya siya? Nasa kaliwa ko si Maia. Naka-shades din siya. Magkalapit ang kamay namin. Sobrang lapit. Nararamdaman ko ang paggalaw ng kanyang mga daliri. Kinakalabit niya ang kamay ko. Sinasadya ba niya? Gusto niya bang hawakan ang kamay ko? Gusto niya ba kaming magholding hands sa harap ng ganito karaming tao? Iniiwas ko ang kamay ko. Baka hindi niya sinasadya. Pero sinasadya niya. Gusto niya. Nakawit ng hintuturo niya ang hintuturo ko. Hindi na ito nakapalag. Nagkawit ang daliri naming dalawa. Pagkatapos ang buong kamay na. Mainit ang kamay niya. Malambot na parang bulak. May tumulong butil ng pawis sa aking nuo. Baka may makakita.

Tumingin ako sa paligid. Mata lang ang iginalaw ko. Nakita ko si Angel at Marian sa tapat ko sa bandang kaliwa. Tumingin ang dalawang bata sa akin. Pagkatapos sa magkahawak na kamay namin ni Maia. Ininguso ito ni Marian. Ngumiti si Angel. Ngiting kinikilig. May malisya na ba sila? Kumunot ang nuo ko. Naramdaman yata ni Maia ang panginginig ng kamay ko. Hinawakan niya ito ng mahigpit.

Tapos na ang seremonya. Nakita kong nag-aalisan na ang lahat sa paligid. Hindi pa rin gumagalaw sina Jake sa harap ng libingan. Puno na ito ng bulaklak. Hindi pa rin kami umaalis.

Nakita kong tumakbo si Angel at Marian sa malawak at bakanteng damuhan ng sementeryo. Naghahabulan sila. Narinig ko ang pagsaway ng mommy nila. Huwag daw silang lalayo. Sa dulo ng bakanteng espasyo ay may ilang hukay na nakabukas. Naisip kong baka mahulog sina Angel at Marian dito.

Dumaan sa harap namin si Nanay Carol. Inaakay niya si Mommy Ester. Itinago ko ang magkahawak na kamay namin ni Maia. Bumitaw ang kamay ni Maia. Papalapit na sa amin si Jake at si Inspector Dizon.

"Ben!" tawag ni Inspector Dizon. May kumabog sa aking dibdib. May phobia na ba ako kay Inspector Dizon? Nagtanggal siya ng shades sa aming harapan. "Pwede ba tayong mag-usap saglit?" patuloy niya. Hindi siya nakangiti.

Humiwalay sa akin si Rufa at Maia. Nakita kong inakbayan ni Rufa si Jake habang papalayo sa amin. May sinasabi si Rufa kay Jake. Mga malabong salita lang ang aking narinig.

Inakbayan ako ni Inspector Dizon. Naglakad kami sa kabilang direksyon. Tumigil kami nang makalayo ng konti. Humarap siya sa akin. Humarap din ako sa kanya. Nakita ko sa likod niya, di kalayuan, si Angel at Marian. Naghahabulan sila. Hindi ko mai-focus ang tingin kay Inspector Dizon. Iniisip ko pa rin na baka mahulog sa hukay si Angel at Marian.

"Ben," panimula ni Inspector Dizon. Lumala ang kaba sa dibdib ko. Hindi ko alam kung anong pakay niya sa akin.

"Nabalitaan mo ba 'yun nakawan sa subdivision?" tanong niya. Tumango ako. Ayokong magsalita. Feeling guilty na naman ako. Baka mahalata. Sigurado ako na ang bahay ni Tatay Benjie ang tinutukoy niya. Pero bakit niya sinasabi sa akin ito? Alam na ba niya ang relasyon ko kay Tatay Benjie? Naisip ko si Jake. Ibinulgar kaya ni Jake ang aking lihim?

"Positive kami na grupo ni Banjo ang may kagagawan noon. Sina Banjo ang nanloob at nagnakaw sa bahay ni ex-kagawad Benjie," patuloy ni Inspector Dizon. Gusto kong sabihing alam ko na 'yun. Pero hindi ako nagsalita. Nagkunot lang ako ng nuo para malaman niya na hindi ko nasusundan ang sinasabi niya.

"Okay, Ben. Hindi na ko magpapaliguy-ligoy pa. Si Banjo ay boyfriend ng Nanay Rufa mo. Si Banjo ay miyembro ng isang sindikato na nag-ooperate sa ating lugar. Under surveillance namin si Banjo, Ben. Matagal na namin siyang minamanmanan. Kailangan namin si Banjo para makalapit sa leader nila na si Dominic. Si Banjo ang right hand ni Dominic. Si Dominic ang leader ng isang prostitution ring syndicate sa buong bansa." Hindi pa rin ako nagsalita. Nakatingin lang ako sa kanya. Nagpatuloy si Inspector Dizon.

"Kahit alam kong si Banjo ang nagnakaw sa bahay ni kagawad Benjie, hindi ko siya pwedeng damputin. Masisira nito ang surveillance na matagal na naming ginagawa. Kailangan ko ang tulong mo, Ben," pagtatapos ni Inspector Dizon.

Tama ba ang narinig ko? Kailangan niya ang tulong ko? Naalala ko ang sabi sa amin ni Nanay Carol. Simula ng mag-file ng retirement si Chief Andaya, hindi na nakapirmi ng bahay si Inspector Dizon. Under pressure siya. At nakikita ko ito sa kanyang mukha ngayon. Pero ano naman ang maitutulong ng isang katulad ko sa kanya.

"Ben, lagi mong nakikita si Banjo. Nakakalapit ka sa kanya. Boyfriend siya ng nanay mo. I'm sure meron kayong bonding moments," sambit ni Inspector Dizon. Desperado na talaga siya.

Bonding moments? Naisip ko ang sinabi niya. Parang gusto kong matawa. Ang natatandaan ko lang na bonding moments namin ni Banjo ay nang makalmot ko siya at nang makita ko ang takot sa kanyang mga mata. Pero may isang totoo sa sinabi ni Inspector Dizon. Nakakalapit ako kay Banjo. Tumungo ako para mag-isip pagkatapos ay tumingin uli ako sa kanya.

"Anong gagawin ko sir. Kuya Vince pala," pagtatama ko sa sarili.

"May intel kami na may mangyayaring malaking shipment ng mga batang babae galing sa ibang lugar. Ipapasok nila ito sa port. Kailangan naming malaman ang eksaktong araw at oras ng shipment na 'to. Kailangan namin itong ma-confirm kay Banjo. Ben, kailangan mong manmanan si Banjo at alamin ang kanyang mga transaction," diin ni Inspector Dizon.

"Pero hindi ko na nakikita si Banjo, Kuya Vince," sagot ko.

"Alam namin, Ben. Nagpapalamig muna sila. Ganyan ang ginagawa nila pagkatapos ng isang operasyon para hindi sila matiklo. Pero magpapakita uli si Banjo. Maniwala ka, Ben."

"Okay," napipilitan kong sagot.

"Salamat, Ben. Malaking bagay ang pagtulong na gagawin mo," anang Inspector Dizon. Tumango ako.

"Siyanga pala, Ben," pahabol na sambit ni Inspector Dizon. May dinukot siya sa bulsa. Mula dito ay inilabas niya ang inhaler ko. Bumalik ang kaba sa dibdib ko. "Nakita ko 'to sa crime scene sa tabi ng itim na ilog. Malapit sa katawan ng biktima. Nalaglag mo yata ito nang sabay kayong madapa ni Sergeant Sales sa damuhan," paliwanag niya. Nanginginig ang kamay ko nang abutin ko ito pero hindi ko pinahalata.

"Salamat, Kuya Vince," sagot ko.

Maghihiwalay na kami nang marinig namin ang malakas na sigaw ni Angel at Marian. Iisa lang ang pumasok sa isip ko nang marinig ko ang malakas nilang sigaw. Nahulog sa hukay si Angel at Marian.

Halos sabay kami ni Inspector Dizon napatingin sa direksiyon na pinanggalingan ng sigaw. Nakita namin ang mommy ni Angel at Marian na mabilis tumakbo papalapit sa kanila. Nasa likod niya si Jake, Rufa, Maia, at ilang taong natitira pa.

Yakap na ng mommy nila si Angel at Marian pagkatapos na ilayo sila sa hukay. Hindi nahulog sa hukay sina Angel at Marian. May nakita sila sa hukay.

Magkasabay naming narating ni Inspector Dizon ang hukay. Hindi ako makapaniwala sa aking nakita sa ilalim ng hukay. Sa palagay ko ay ganun din ang pakiramdam ni Inspector Dizon.

"Diyos na mahabagin!" naibulalas niya sa aking tabi habang sabay kaming nakatungo at nakatingin sa ilalim ng hukay. Katulad ng aking hinala, may biktima na naman ang pangil sa dilim.

Katulad ng unang biktima, buto't balat na lang ang natira sa walang buhay na katawan sa aming harapan. Wala ng dugo. Wala ng laman. May dalawang butas sa leeg. Ang bakas ng pangil. Tumigas na ang isang kamay nitong nakataas. Parang humihingi ito ng tulong. Halos parang bungo na ang mukha nito. Wala na ang mga mata. Kupis na ang kanyang mga pisngi. Nakanganga ang bibig nito. Sa palagay ko dito lumabas ang huli niyang hininga. Hindi masyadong wasak ang mukha nito di tulad noong una. Kilala ko siya. Kilalang-kilala ko siya. Lagi siyang nasa The Club. VIP customer din siya ni Maia. Itinaas ko ang aking ulo mula sa pakakatungo. Nakita ko si Maia sa tapat ko. Nakatitig siya sa aking. Tumititig din ako sa kanya. Alam kaya niya ang iniisip ko? Ano kaya ang iniisip niya?

Nakatungo pa rin si Inspector Dizon sa ilalim ng hukay. Pailing-iling ang ulo niya. Alam ko ang iniisip ni Inspector Dizon. Hindi pa niya naso-solve kung anong nangyari sa unang biktima heto at may kasunod na naman. May i-imbestigahan na naman siya. Idagdag pa dito ang sindikato ni Dominic at Banjo at ang nakawan sa bahay ni Tatay Benjie.

Good luck, Inspector Dizon! Nasabi ko sa aking sarili.

Tumingin ako sa paligid. May mga tao. Nakapalibot lahat sa bangkay sa hukay. Na-imagine ko ang perpektong bilog. Maraming ulo. Dikit-dikit. Pero ang nasa gitna nito ay ako.

"Pakisuyo po! Walang aalis mula sa crime scene na 'to hangga't hindi ko natatanong!" sigaw ni Inspector Dizon pagtayo niya mula sa pagkakayuko. Sinundan ito ng malakas na bulungan na parang mga bubuyog.

Ilang minuto pa, dumating si Sergeant Sales kasama ang backup na police mobile patrol. Malapit ng matapos ang pagtatanong ni Inspector Dizon sa mga nakasaksi sa bangkay. Tinatanong niya ngayon si Maia. Alam kaya ni Inspector Dizon na ang una at pangalawang biktima ay parehong VIP customer ni Maia?

Bigla na lang na-cross out ko ang pangalan ni Mang Greg. Parang gusto kong paghinalaan si Maia.

CHAPTER 14

PAANO mo magagawang paghinalaan ang taong mahal mo? Paano mo rin magagawang ipakulong sa mga pulis ang taong mahalaga sa 'yo? Iniisip ko si Maia.

Mahiwaga ang tanong na ito. *It works the other way around.* Kapag binaliktad mo.

Paano mo magagawang mahalin ang isang taong hindi ka pinahalagahan noong nakakulong ka pa sa kanyang sinapupunan? Iniisip ko si Rufa.

Mahal ko si Rufa. Mahal na mahal ko si Nanay Rufa. Totoo.

Nagtatampo lang ako sa kanya tuwing maririnig ko sa kanyang bibig ang pangalang Samuel. Hindi niya ito mabigkas ng hindi naiiyak. At kapag ako ang babanggit ng pangalang Samuel, nakikita ko ang lungkot sa kanyang mga mata. Ini-imagine ko kung anong iniisip ni Rufa. Iniisip ba niya na bakit si Samuel ang nalunod? Bakit hindi ako? Siguro ito ang dalangin niya sa itaas.

Malaki na ang pinagbago ni Rufa. Naalala ko ang sinabi ni Tatay Benjie nang patuluyin niya ako sa bahay niya. Nagbago na nga ba si Rufa? Maaring nagbago na si Rufa pero hindi dahil kasama niya ako. Hindi dahil meron siyang isang Ben kundi dahil nalimutan na niya ang isang Samuel.

Hindi ko na binabanggit ang pangalan na ito sa kanya. Ayaw na niya itong banggitin ko sa kanya. Nagagalit siya. Tapos iiyak. Itataboy niya ako. Palalayasin sa harap niya.

Bakit? Bakit, Ben? Bakit mo pinabayaang malunod si Samuel? Narinig ko na naman ang tinig sa aking ulo. Paulit-ulit. Paulit-ulit. Pumikit ako ng mariin para mawala ito. Hindi ko sasagutin ang tanong nito. Ayoko. Kahit kailan hindi. Dadalhin ko na ito sa huling hantungan ko.

"Kuya Ben!" ang tawag ng maliit na tinig sa aking tabi. Tsaka ko naramdaman ang malamig na pagtama ng hanging habang nagmamaneho. Sinulyapan ko ang may-ari ng maliit na tinig na iyon. Si Angel. Nakingiti sa aking tabi habang sakay sa aking tricycle. "Sinong iniisip mo, Kuya Ben?" dagdag niya. Nakangiti rin sa tabi niya si Marian.

"Sino pa eh di si Ate Maia. Hihihihi," sabat naman ni Marian.

"Siguro gf mo si Ate Maia, Kuya Ben, ano?" pang-aatig ni Angel.

"At kanino n'yo naman narinig ang salitang gf? Kebabata n'yo pa. Isusumbong ko kayo sa mommy n'yo," pananakot ko kay Angel at Marian.

"Kay mommy nga namin narinig 'yan. Hihihi," sagot ni Marian. Itinigil ko ang tricycle sa harap ng kanilang paaralan.

"Kung anuman ang naririnig n'yo sa mommy n'yo 'wag n'yong gagayahin 'yon ha. Para sa matanda lang 'yon," paalala ko kay Angel at Marian. Bumaba sila sa tricycle na nagtatawanan.

"Opo, Kuya Ben! Hihihihi," sabay na sagot ng magkapatid. Hinintay ko silang pumasok ng gate at sumabay maglakad sa ibang mga mag-aaral. Unti-unti silang nawala sa aking paningin.

Naalala ko noong pumapasok pa kami dito ni Samuel. Sabay kaming pumasok sa umaga. Sabay din kami paglabas sa hapon. Pagkatapos pupuntahan namin ang mga lugar na hindi pa namin napupuntahan.

"Ito ang bayan, Ben." Naalala kong sambit niya nang first time naming marating ang gilid nito pagkatapos ng mahabang paglalakad galing sa slum area. Naalala ko na halos mapanganga ako nang makita ko kung gaano ito kaganda.

"Gusto kong tumira dito, Samuel," ang tangi kong naisagot sa kanya.

"Mga may pinag-aralan lang ang nakatira dito, Ben," malungkot na sagot ni Samuel.

"E di mag-aaral tayo, Samuel. Sabay tayong gra-graduate ng high school at college. Tapos dito tayo titira," sambit kong puno ng pag-asa.

"Sana nga, Ben. Pero sabi ng nanay ko walang natutupad na pangarap sa slum area. Hindi tayo papayagan ng slum area," sagot niya habang nakatitig sa akin.

"Kailangan lang natin magtiwala. Kailangan isipin natin laging may pag-asa, Samuel," giit ko sa kanya.

Matagal ng nawala ang pag-asang 'yon nang mawala si Samuel.

Nag-vibrate ang telepono ko sa aking bulsa. Inilabas ko ito at binuksan. May text message na naman si Inspector

Dizon. Nagtatanong kung may info na ako tungkol kay Banjo. Nakakailang text message siya sa isang araw. Pag minsan ay magko-call pa. Nagsasawa na ko ng kakasagot sa kanya na hindi ko pa nakikita si Banjo. Pero parang ayaw maniwala ni Inspector Dizon. Akala niya yata hindi ko ginagawa ang aming usapan. Akala niya hindi ako nagtatrabaho. Hindi naman talaga ako nagtatrabaho para sa kanya. Ginagawan ko lang siya ng isang pabor.

Pero naiintindihan ko siya. Sobrang pressure na si Inspector Dizon. Lalo na nang may matagpuang pang tatlong biktima makalipas ang tatlong linggo pagkatapos makita ang pangalawang biktima sa sementeryo.

Pareho ng case sa dalawang unang biktima. May bakas ng kagat ng pangil sa kanilang leeg. Sinipsip ang dugo at laman ng mga ito. Nawawala ang mga internal organs at halos hindi na makilala ang mukha dahil sa sobrang pagkaka-deformed. At ang tatlong ito, lahat customer sa club. VIP customer ni Maia.

Paano mo magagawang paghinalaan ang taong mahal mo? Paano mo rin magagawang ipakulong sa mga pulis ang taong mahalaga sa 'yo? Iniisip ko si Maia.

Nag-aalala na ang Barangay Captain namin dahil sa mga pangyayari. Sa sobrang pag-aalala nito, para sa sarili niyang kaligtasan at sa kanyang pamilya, ay napilitan itong magbahay-bahay para pag-ingatan ang kanyang nasasakupan. Pinalagyan na rin niya ng improvise na poste ng ilaw para paliwanagin sa gabi ang tulay. Naisip ko na kailangan pa palang maraming mamatay para umaksyon si kapitan. Pag minsan talaga iniisip ko kung bakit ko siya binoto.

Hindi lang ang mga nakatira sa slum area ang nag-aalala kundi ang mga karatig bayan na rin. May serial killer daw sa aming lugar at hindi malabong tumawid bayan ito para magtago o humanap ng bagong biktima.

Minsan nabanggit sa aking ni Jake na nag-aalala na ang Kuya Vince niya dahil daw hindi lang si Chief Andaya ang nawawalan ng tiwala sa kuya niya kundi pati na ang mga taong umaasa sa kanya. Nabanggit din ni Jake na nagiging interesado na rin ang National Media sa sunud-sunod na pagpatay. At dahil dito lalo raw nag-aalala ang Kuya Vince niya, si Inspector Dizon.

Nag-alala rin ako nang marinig ko ang balita kay Jake. Kung susundan ng National Media ang mga pagpatay ng '*pangil sa dilim*', mate-televised ito nationwide o baka nga worldwide pa. Lalo na at may internet na ngayon. Ang worry ko, paano kung si Maia ang salarin? Paano kung ako? Magiging mas malala pa ang sitwasyon namin kaysa kay Mang Greg na sa slum area lang kinamumuhian.

Nag-aalala na rin ako para kay Kate. Hanggang ngayon hindi pa nagpapakita si Banjo. Hangga't walang Banjo, hindi ko malalaman kung nasaan ang perang ninakaw niya sa bahay ni Tatay Benjie. At hangga't hindi ko nakikita o nababawi ang bag na pera ayoko munang magpakita kay Kate. Kailangang matupad ko ang pangako ko sa kanya na makakalakad siya. Kailangang mabawi ko ang perang pampa-operasyon niya.

Hindi lang ikaw ang pressure, Inspector Dizon, ako rin! Nasabi ko sa aking sarili.

Ibinalik ko ang telepono sa aking bulsa. Balak kong umikot muna para mamasada. Ayokong pumila ngayon. Ayokong munang manood ng suntukan o awayan dahil lang sa pasahero. Sa lagay kong ito ay baka makisali lang ako sa suntukan kahit hindi naman dapat sumali. Isa pa, hanggang ngayon ay hinahanap ko pa rin si Mang Greg. Nakakapagtaka ang biglang niyang pagkawala. Bago mangyari ang patayan ay pakalat-kalat lang siya sa kalsada hanggang madaling araw, hanggang mag-umaga. May mga insidente pa nga na ilang beses ko siyang muntik ng mabangga. Pero ngayon kahit anino ni Mang Greg ay wala!

Itinigil ko ang tricycle sa tapat ng babaeng pumara. Nagpahatid ito malapit sa gate ng subdivision kung saan nakatira sina Tatay Benjie. Pagpunta dito, madadaan ko ang hanay ng barung-barong sa daan kung saan nakatira si Mang Greg. Nag-minor ako sa tapat ng kanyang bahay nang mapadaan ang tricycle ko. Sinilip ko ito. Sarado. Madungis na at maitim na ang pader nitong pinagtag-tagpi lang na tabla. *Anong nangyari sa 'yo Mang Greg?* Naisip ko.

Pagkatapos kong mag-tanghalian sa carinderia ni Aling Juana, dumiretso na ako sa apartment ni Maia. Sa tapat ng apartment ni Maia. Hindi kasi siya ang pakay ko pero siya ang nasa isip ko. Kailangan kong sunduin si Aling Caring. Ihahatid ko siya ngayon sa simbahan sa bayan. Sana lang may bago siyang tsika tungkol sa apartment niya sa tapat - ang apartment ni Maia. Gusto kong malaman kung pumunta uli doon ang tatay ni Maia na si Dominic. Hanggang ngayon ay hindi pa rin ako makapaniwala na anak si Maia ni Dominic. At hinahayaan lang ni Dominic na magbilad ng katawan si Maia. Inisip ko na lang na siguro nga may taong ubod ng sama.

Ipinarada ko ang tricycle sa tapat ng bahay ni Alin Caring at sa tapat ng apartment ni Maia. Pinatay ko muna ang makina. Male-late daw si Aling Caring ng ilang minuto.

Tiningala ko ang balcony ng apartment ni Maia. May mga damit na nakasampay dito. Tuyo na ang mga ito. Ibig sabihin maaaring hindi lumabas sa balcony si Maia ngayon. Nakaramdam ako ng lungkot. Hindi ko makikita si Maia ngayon. Sarado ang jalousie na bintana dito ganun din ang pintuan.

Nag-vibrate na naman ang telepono ko sa bulsa. Inilabas ko ito at binuksan. May text message na naman si Inspector Dizon. *Any sign of Banjo?* Sabi ng text niya. Hindi ko na ito sinagot. Iba ang pumasok sa isip ko. Matagal ko na itong binabalak pero hindi ko magawa. Natatakot ako sa magiging reaksyon ni Inspector Dizon.

Dapat ko na bang sabihin kay Inspector Dizon ang tungkol sa magkaparehong kagat ng pangil sa leeg ng mga biktima?

Habang iniisip ko ito ay biglang nakita ko sa sulok ng mata ko ang paglabas ni Maia sa balcony. Kinukuha nito ang mga tuyong sinampay. Napatingala agad ako. Gusto ko sana siyang tawagin. Tutal mukhang matatagalan pa si Aling Caring. Gusto ko siyang kumustahin. O kaya makita lang 'yun nakangiti niyang mukha. Pero naisip kong wag na lang. Parang awkward na kumakaway ako sa kanya sa taas ng balcony. Pero naisip ko rin na ano bang pakialam ng ibang tao?

Habang nalilito ako kung tatawagin ko si Maia o hindi, napansin ko ang biglang pagparada ng isang itim na van sa tapat ng apartment ni Maia. Bumukas ang pintuan ng van at may lumabas na isang lalaki. Si Dominic!

Nagmamadali itong pumasok sa bahay ni Maia at saglit lang ay nasa balcony na agad ito. Isinigaw niya ang pangalan ni Maia at pagharap ni Maia ay inundayan ito ni Dominic ng sampal. Sinaktan uli ni Dominic si Maia! At ngayon ay mas matindi na.

Naulinigan ko ang boses ni Dominic. Mahina pero naintindihan ko. May nakakita kay Maia na kausap si Inspector Dizon sa sementeryo. Galit na tinatanong ni Dominic kung ano ang sinabi ni Maia sa inspector. Habang umiiyak, itinanggi ni Maia kay Dominic na may sinabi siya sa inspector. Binalaan ni Dominic si Maia na wag makikipag-usap kay Inspector Dizon dahil masasaktan siya uli. Pagkatapos noon ay bumaba si Dominic pabalik sa van at mabilis na nawala. Mabilis ding nawala si Maia sa balcony pagtingala ko uli.

"Ano? Nag-away na naman ba?" tanong ni Aling Caring paglingon ko. Nakasakay na ito sa aking tricycle at kanina pa nag-uusyuso.

Hindi ko na sinagot si Aling Caring. Ini-start ko ang tricycle at pinatakbo ito.

***

PAGKATAPOS ihatid si Aling Caring at ilang byahe, inihatid ko naman si Rufa at Maia sa The Club pagsapit ng gabi.

Halata ko ang lungkot sa mukha ni Maia kahit na naka-shades siya. Hindi siya ngumiti sa akin o nagsalita man lang sa buong biyahe. Ngayon ko lang siya nakitang ganito. Hindi ko makita 'yun dating masayahing Maia na laging nakangiti. Nakaramdam ako ng magkahalong awa at galit. Awa para kay Maia. Galit para kay Dominic. Gusto kong makita si Dominic. Gusto ko siyang harapin.

Ipinarada ko ang tricycle sa parking space na naka-reserba para sa akin. Nagmamadaling bumaba si Rufa dala-dala ang kanyang mga paninda. Mauna na raw siya. Sabay kaming bumaba ni Maia. Tinawag ko siya. Hindi niya ako pinansin. Hinawakan ko siya sa braso para pigilan. Pero galit siyang humarap.

"Alam ko, Ben. Alam ko na naman ang sasabihin mo. Nakita mo na naman ako na sinasaktan ni Dominic," galit niyang sambit pagharap sa akin. Kahit naka-shades siya, alam kong malapit na siyang umiyak. Hindi agad ako nakasagot. "Pero ano, Ben? May ginawa ka ba? Di ba wala! Wala kayong ginawa! Wala kayong ginawa!" sigaw niya. Hindi na ako nakagalaw. Hindi ko na rin nagawang habulin siya nang patakbo siyang pumasok sa loob ng club.

Masama ang loob ko pagpasok ko sa club. Hindi dahil sa mga sinabi ni Maia sa akin kundi dahil sa pananakit ni Dominic. Umupo ako sa maliit na lamesa sa tabi ng bar. Ang lamesang lagi kong tinatambayan habang naghihintay kay Rufa. Binigyan ako ni Rufa ng juice. Pero umorder ako ng isang bucket na beer sa isang waitress. Nakita ito ni Rufa. Hindi ko pinansin ang masama niyang tingin.

Nakita ko si Maia sa VIP section. May ka-table na si Maia. Masaya ang kanyang mga kasama. Malungkot siya. Paminsan-minsan tumitingin siya sa direksiyon ko. Nakatutok lang ang tingin ko sa kanya habang hinihintay ko ang pagdating ni Dominic.

Naubos ko na ang isang bucket ng beer nang dumating si Dominic sa The Club. Uminit ang mukha ko nang makita ko siya na naglalakad mag-isa sa gitna ng floor. Naramdaman ko ang pagbaba ng dugo ko mula ulo papunta sa aking mga paa. Nangati ang gilagid ko. Parang may ngipin na gustong tumubo. Nagtikom ang dalawa kong kamao at mabilis akong tumayo.

"Dominic!" sigaw ko.

CHAPTER 15

HUMARAP si Dominic nang marinig niya ang galit na galit kong sigaw. Isang hakbang na lang ang layo namin sa isa't isa. Madilim sa loob ng club. Konting liwanag lang ng disco lights ang tumatama sa amin. Naaninag ko ang kanyang mukha. Nagtatanong. Nagtataka. Maayos ang pagkakasuklay ng kanyang buhok. Matangos ang kanyang ilong. Katamtaman ang laki ng kanyang mata. Makapal ang kilay. Labas ang mga panga. Maganda ang kanyang mukha. Sobrang ganda parang artista. At ngayon sisirain ko na.

"Sino ka?" ang gulat niyang tanong.

Hindi niya ako kilala. Kaya nagpakilala ako. Lumipad ang isang kamao ko sa ere. Nagngingitngit ang mga ngipin ko sa galit. May init sa aking mga mata. Nakita ko ang pamimilog ng mga mata ni Dominic habang papalapit ang kamao ko sa kanyang mukha. Mararamdaman niya ngayon ang pinaparamdam niya kay Maia. Ipaparamdam ko sa kanya. At gagawin kong mas matindi pa.

Pero saglit tumigil ang oras. Huminto ang sandali. Naalala ko noong unang nag-eensayo kami ni Jake sa pagtalon sa mga matataas na pader at gusali. Number one rule: LOOK BEFORE YOU LEAP. Hindi ko sinunod ito nang sugurin ko si Dominic. Hindi ako nag-isip. Hindi ako nagplano. Nagpadala ako sa silakbo ng aking damdamin. At ngayon kailangang kong pagbayaran ito.

Nang malapit ng lumapat ng malupet ang aking kamao sa gulat at takot na mukha ni Dominic, may sumalo sa kamay ko. Tinamaan ng liwanag ang mukha niya nang iharang niya ang sarili sa harap ni Dominic. Banjo?

Biglang naging bakal ang kamay ni Banjo dahil humigpit ang hawak niya sa aking kamao. Nakita ko ang mukha niyang nagngingitngit sa galit. Pinilipit niya ang kamay ko. Nakaramdam ako ng matinding sakit sa braso. Nang makita niya ang sakit sa mukha ko sinikmukraan pa niya ako. Malakas. Napaubo ako. Sinundan pa ito ni Banjo ng suntok sa kaliwa kong mukha kung saan tumama ang suntok ni Jake. Naramdaman kong may mainit na likidong lumabas sa aking bibig. Nanlumo ako. Binitawan niya ang kamay ko at ako ay napaupo sa sahig. Napasandal ako sa paa ng lamesa. Nakangiwit pa rin dahil sa sakit, pinunasan ko ng aking kamay ang mainit na likido sa aking bibig at tiningnan. Dugo! Maraming dugo! Nagpumilit akong tumayo pero hindi ko na nagawa. Sa aking pagtingala, nakita ko ang isang dosenang tauhan ni Dominic. Nakapalibot silang lahat sa akin. Bumunot sila ng baril at sabay-sabay akong tinutukan. Mula sa hanay nila, lumapit sa akin si Banjo at idiniin ang hawak na kalibre sa kaliwa kong pisngi. Malamig ang dulo ng kalibre.

"Ang lakas ng loob mo bata!" galit niyang sambit. Naaninag ko ang tatlong bakas ng kalmot sa kanyang pisngi. Magaling na ito. Hindi ako sumagot. Lalo kong tinapangan ang aking mukha.

"Banjo!" ang narinig kong histerikal na sigaw ni Rufa. Nakita kong naghiwa-hiwalay ang mga tauhan ni

Dominic nang magpumilit na makadaan si Rufa, ang mahal kong ina.

Nang makalapit siya sa akin, itinulak niya si Banjo at lumuhod sa tabi ko. Sa tingin ko ay umiiyak siya. Umiiyak si Rufa para sa akin. Noong ko lang nakitang umiyak siya para sa akin. Binuhat niya ang nanlulumo kong katawan at isinandal sa kanya. Ganito kaya ang ginagawa niya noong sanggol pa ako. Wala akong ideya. Kahit isang picture namin na magkasama ay wala akong nakikita.

"Anong ginagawa n'yo sa anak ko! Banjo! Ibaba n'yo ang mga baril n'yo!" naluluhang sigaw ni Rufa.

Anak ko...anak ko...anak niya ako. Nagpaulit-ulit ito sa masakit kong ulo. Sinabi niyang anak niya ako.

"Ibaba n'yo ang baril n'yo," utos ng isang kalmadong tinig mula sa likod ng mga sangganong nakapalibot sa akin.

Nakita kong binigyan nila ng daan ang isang lalaking naka itim na amerkana. Si Dominic. Inayos niya ang kanyang damit habang papalapit sa amin. May pinagpag siyang alikabok sa kanyang balikat. Nakita kong muli ang medallion sa leeg niya. Nakita ko ito ng malapitan. Nagpabitin-bitin ito sa nakabukas na butones ng amerkana ni Dominic. Parehong-pareho ito sa medallion na suot ni Mang Luis. May itim na bato sa gitna nito. Parang mata ng isda. Katulad ng itim na bato sa gitna ng dila ng lolo ni Jake!

"Rufa, siya pala ang anak mo? Hindi mo pinakilala sa akin," nakangiting sambit ni Dominic. Hindi sumagot si Rufa. Alam ni Rufa kung kelan lalaban at kung kelan hindi. Di tulad ko.

Lumapit si Banjo kay Dominic. May ibinulong. Naulinigan ko ang pangalan ko. Napabuntong-hininga si Dominic. Nawala ang ngiti sa kanyang mukha.

"Gusto ko lang malaman kung anong atraso ko sa 'yo, Ben," patuloy ni Dominic.

Muling naghiwalay ang mga nakapalibot sa amin at mula doon ay lumabas si Maia. Tumayo sa tabi ni Dominic si Maia. Nakatitig si Maia sa akin. May sisi. May awa. May inis. May galit akong nakita doon. Umiling siya ng bahagya. Ayaw niyang sagutin ko ang tanong ni Dominic.

"Huwag mo ng sasaktan si Maia," ang nahihirapan kong sagot. Biglang kumirot ang tiyan ko at labi. Napangiwi ako.

"Hahahaha!" ang malakas na halakhak ni Dominic. "Matapang ang nag-iisa mong tagahanga, Maia," sambit ni Dominic. Nakatingin na siya kay Maia sa kanyang tabi. Nakangiti. "Bakit hindi mo bigyan ng paunang lunas ang sugat niya?" utos nito kay Maia. Tumingin si Dominic kay Rufa. Wala na ang ngiti sa mukha ni Dominic.

"Sa susunod na gawin ng anak mo 'to, Rufa, wala ka ng trabaho," banta niya kay Rufa. Umalis si Dominic kasunod si Banjo at ang kanyang mga tauhan.

Tinulungan ako ni Rufa at Maia na tumayo. Dalawang babae sa buhay ko ang umalalay sa akin sa pag-upo. Umalis si Rufa para kumuha ng tubig. Galit na hinawakan ni Maia ang mukha ko para tingnan ang namamagang kong pisngi at pumutok na labi. Napa-aray ako nang bigla niya itong ibaling sa kanya.

"Masakit ba? Ha?" galit niyang sambit. Narinig ko ang pagbuntong-hininga niya. Hindi na niya hinintay ang sagot ko. Bigla na lang siyang nawala sa harap ko.

Tsaka ko lang napansin na hindi tumigil ang operasyon ng The Club kahit na nagkagulo. Sanay na ang mga staffs dito sa away at iskandalo. Patuloy ang pagtugtog ng erotikang kanta. Tuloy ang malaswang sayaw ng isang batang babaeng walang saplot sa dulong entablado. Lalo akong nahihilo sa disco lights na patay-sindi sa harapan ko. Pinilit kong tingnan ang paligid ng club kahit masakit ang leeg ko pag ginagalaw. Tuloy ang tawanan ng mga customer dito. Naiisip ko lang. Sino kaya sa kanila ang kasunod na biktima?

Bumalik si Maia. Galit niyang ibinagsak sa lamesa ang transparent na kahon ng first aid kit pag-upo sa harapan ko.

Tumitig ako sa kanya. Umiwas siya. Ayaw niyang tumingin sa akin. Iniiwasan niya ang aking mata. Inilabas niya ang bulak at gamot. Hinawakan niya ng dalawang kamay ang panga ko at bahagyang hinila papalapit sa mukha niya. Naamoy ko ang pabango niya. Bahagyang nawala ang kirot sa mukha at katawan ko. Kumirot uli ito nang inilapat niya ang bulak sa aking sugat. Napangiwi ako. Nakaamoy ako ng alcohol. Tumitig ako sa kanyang mga mata. Kulay brown ang mga ito. Bumaba ang mata ko sa kanyang mga labi. Basa ito at mapula. Naalala ko noong gabing halikan niya ako. Basa din ito at mapula. Malambot. Napatingin ako sa matambok niyang pisngi. Bakas pa roon ang mga kamay ni Dominic kahit na napatungan na ng makapal na make-up. Bumalik ang galit sa aking mukha.

"Nagpapakamatay ka na ba talaga?" mahinang sambit ni Maia habang idinadampi ang bulak sa pumutok na labi ko. Iniiwasan niyang makita ni Dominic na kinakausap ko siya. Bumalik ang tingin ko sa kanyang mga mata. Ayaw pa rin niyang tumingin sa akin. "Sinabi ko na sa 'yo. Hindi mo alam ang pwedeng gawin ni Dominic," dagdag ni Maia.

"Ng iyong ama?" sagot ko. Napatingin siya sa akin. Napatigil siya sa paglilinis ng aking sugat. Nagbuntong-hininga siya. Napapikit tapos yumuko. Parang may gusto siyang aminin pero nag-kuntrol si Maia. "Nagsisinungaling ka, Maia. May nililihim ka. Hindi mo ama si Dominic," bahagyang lumakas ang boses ko. Idiniin niya ang bulak sa sugat ko. Napangiwi ako sa sakit.

"HUWAG...kang maingay," galit niyang sambit. Nakita ko ang galit sa kanyang mga mata. Parang gusto na niya akong suntukin. Sa kabilang pisngi naman. Pero bigla siyang kumalma at tumingin sa akin.

"Dahil sa akin at sa Nanay Rufa mo kaya buhay ka pa, Ben," paalala niya.

"Hindi ako natatakot kay Dominic. Hindi ako natatakot kay Banjo. Hindi ako natatakot sa mga tauhan niya," diin ko. Tumingin uli siya sa akin. Nadoble na ang galit niya.

"Sige, Ben. Sugurin mo na sila ngayon din. Tapusin mo na ang buhay mo. Tutal ang tingin mo naman sa buhay mo patapon na. Sige, Ben. Idamay mo pati ang Nanay Rufa mo. Idamay mo na rin ako. Isama mo na ang lahat ng taong mahal mo sa pag wasak sa patapon mong buhay," giit ni Maia, Pinipigilan niya pa rin ang paglakas ng kanyang boses kahit galit na galit na.

Iniwas ko ang tingin sa kanya. Napahawak ako sa aking noo. Parang sumakit din ito. Patapon na ba talaga ang tingin ko sa buhay ko? *Kailangan lang nating isipin na laging may pag-asa, Samuel.* Naalala ko ang sinabi ko kay Samuel. Matagal ng nawala ang pag-asang 'yon nang mamatay si Samuel. Nagbalik ito nang makilala ko si Maia. Tumingin uli ako kay Maia. Nakatitig siya sa akin.

"Hindi na patapon ang buhay ko, Maia, simula nang makilala kita," pagtatapat ko. Hinawakan ko ang kamay niya ng mahigpit. Nakita ko ang gulat sa mukha niya. "Sumama ka sa 'kin Maia. Ngayon din aalis tayo. Lalayo tayo sa lugar na ito. Gagawa tayo ng bagong buhay, Maia. Sumama ka lang sa akin. Gagawin ko ang lahat...gagawin ko ang...."

"Nasisiraan ka na ba ng bait, Ben? Papatayin niya tayo," mahinang sambit ni Maia. Hinila niya ang kamay niya para kumawala sa pagkakahawak ko. Humigpit ang kapit ko sa kamay niya. Pumalag siya. "Bitawan mo ko, Ben. Sinasaktan mo ko," pakiusap niya. Pinigilan ko ang aking sarili. Binitawan ko ang kamay niya. Galit na tumayo si Maia at umalis sa harapan ko. Napayuko ako. Naramdaman ko ang mainit na hanging lumabas sa ilong ko.

"Anong nangyari kay Maia, Ben? Okay lang ba kayo? Okay ka lang ba?" narinig kong pag-aalala ni Rufa sa aking tabi. Tiningala ko siya. Hawak niya ang basong puno ng tubig.

"Anong pakialam mo, Rufa?" galit kong sigaw kay Rufa, kay Nanay Rufa. Naramdaman ko ang luhang malapit ng pumatak sa aking mga mata. Pinagilan ko ito. Tumayo ako bago pa niya makita. Mabilis akong lumabas ng club.

"Ben!" tawag ni Rufa sa akin habang papalabas ako ng pintuan ng club.

"Ben! Ben! Anak!" patuloy niyang sigaw nang abutan niya ako sa labas ng club. Tumigil ako sa harapan ng tricycle ko at hinarap ko si Rufa. Si Nanay Rufa. Nakita niya ang namumula kong mga mata.

"Ben! Ano bang nangyayari sayo anak. Nag-aalala na ko sa 'yo," naluluha niyang sambit paglapit sa akin. Gusto niya akong yakapin pero itinulak ko siya. Bumitiw siya at natigilan sa gulat.

"Sinungaling ka!" sigaw ko. Nanginig ang boses ko. Pinigilan kong umiyak. "Hindi ka nag-aalala sa akin! Kahit kailan hindi ka nag-aalala para sa kin. Ang lagi mong inaalala...si Samuel...lagi kang si Samuel. Si Samuel ang inaalala mo. At mas gusto mo pang ako ang nalunod kaysa kay Samuel, Rufa! Hindi ba 'yan ang totoo, Rufa? Mas gusto mong ako ang nalunod! Ako na sarili mong anak!" sigaw ko. Halos mabasag ang boses ko sa lakas ng sigaw ko.

Inaasahan kong magagalit si Rufa. Hinihintay ko na ang malakas niyang sampal. Pero hindi nangyari 'yon. Tumingin siya sa akin. Walang galit sa kanyang mukha kundi awa.

"Ben, makinig kang mabuti sa 'kin. Nalimutan mo na naman," sambit niya.

"Wala akong nalilimutan. Maliwanag pa sa sikat ng araw ang mga pangyayari sa isipan ko," sagot ko.

"Ben makinig ka muna. Alam mong laging nangyayari sa 'yo 'to di ba?" sambit ni Rufa habang dahan-dahan siyang lumalapit sa akin.

"Ang alin?" pagtataka ko. Biglang may pumintig sa aking sintido.

"Ang makalimot sa mga pangyayari, Ben," mahina na ang tinig ni Rufa nang makalapit na siya sa akin. Hinawakan niya ang kamay ko. Bahagya akong kumalma. Nagtataka pa rin ako. Anong ibig niyang sabihin na nakakalimot ako sa mga pangyayari?

"Ben, tulad ng lagi nating ginagawa. Gusto kong huminga ka muna ng malalim. Pakalmahin mo muna ang iyong sarili. Bago ko ibalik sa 'yo ang totoong nangyari, Ben," utos niya habang magkatabi kaming nakatayo sa madilim na parking space ng club.

Nahiwagaan ako sa mga sinasabi ni Rufa pero sumunod ako. Huminga ako ng malalim. Kumalma ang aking katawan. Hinawakan niya ako sa balikat. Basa ng konting luha ang kanyang mga mata. Huminga siya ng malalim at nagsimulang ipaalala ni Rufa sa akin ang lahat.

"Ben, ganito ang totoong nangyari sa inyo ni Samuel sa tabi ng ilog. Nang mapadpad ang bola na nilalaro n'yo sa gitna ng itim na ilog, hindi si Samuel ang kumuha. Ikaw Ben. Ikaw ang kumuha ng bola. Ikaw ang lumangoy. At ikaw ang nalunod!" sambit ni Rufa.

"Ha? Paano...nangyari..?" ang paputol-putol kong sambit.

"Nalulunod ka na noon, Ben, nang makita ko kayo ni Samuel sa tabi ng itim na ilog. Tumakbo ako ng mabilis para sagipin ka pero nakita kong lumangoy na si Samuel para sagipin ka kahit hindi siya marunong lumangoy. Dalawa na kayong nalulunod, Ben, nang marating ko ang itim na ilog," saglit tumigil si Rufa sa pagsasalita. "Nang marating ko ang tabi ng ilog naisip kong hindi ko kayang sagipin kayong dalawa, Ben. Kailangan kong mamili, Ben! Kailangang kong pumili kung sino ang sasagipin ko sa inyong dalawa. At ikaw ang pinili ko, Ben. Naiintidihan mo ba, Ben? Ikaw ang pinili ko, anak!" Umagos ang luha sa mata ni Rufa. Umiyak siya sa balikat ko. Hindi ako makagalaw. Ayokong gumalaw. Nanghihina ako. May tumulong luha sa mata ko. Kasabay ng pag-agos ng alaala sa aking isipan.

CHAPTER 16

BUMUHOS sa aking isipan ang alaala na parang ulang umaagos sa malabong salamin at nilinis nito ang duming tumatakip sa katotohanan sa kung ano ang tunay na nangyari.

Pero bakit hindi ko matanggap ang totoong alaalang nakikita ko sa aking isipan ngayon. Ang katotohanang wala akong malay nang buong lakas akong hilahin ni Rufa sa tabi ng itim na ilog, parehong balot ng itim na putik ang aming katawan, at ang unti-unting paglubog sa itim na ilog ng walang buhay na katawan ni Samuel habang nire-revive ako ni Rufa. Ang katotohanang walang tigil si Rufa sa pagsigaw ng tulong habang binobomba niya ang dibdib ko gamit ang nanginginig niyang mga kamay umaasang ako ay magkakamalay pa. Ang katotohanang wala ngi isa sa mga nakatambay sa kalsada o isa sa mga naglalaro sa basketball court noong araw na iyon ang nakarinig ng sigaw niya para humingi ng tulong. Ang katotohanang ayaw ni Rufa na pag-usapan namin o banggitin man lang ang tungkol kay Samuel dahil hanggang ngayong ay bibit niya ang konsensyang umuusig sa kanya na laging nagtatanong - *Bakit? Bakit Rufa? Bakit mo pinabayaang malunod si Samuel?* Bakit hindi ko matanggap ang mga katotohanang ito? Bakit hindi ko matanggap ang sinasabi sa aking ngayon ni Rufa. Na ako ang pinili niya na iligtas kaysa kay Samuel? Bakit hindi ko matanggap na sinisisi ko si Rufa sa pagkamatay ni Samuel? *Hindi dapat si Samuel ang nalunod – dapat ako!*

Naramdaman ni Rufa ang pag-iling ng ulo ko habang nakayakap sa akin. Bumitaw siya at tumingin sa akin. Basa ng luha ang kanyang mga mata. Pinunasan niya ito.

"Hindi," ungol ko.

"Maniwala ka, Ben. Please!" pakiusap niya.

"May sakit ka, Ben. Nang maiahon kita sa itim na ilog matagal hindi tumibok ang puso mo. Ang sabi ng doktor, maaapektuhan nito ang memory mo, Ben," paliwanag ni Rufa.

"Hindi, Rufa! Hindi totoo 'yan!" sambit ko. Kumawala ako ng tuluyan sa kanyang pagyakap at sumakay sa tricycle.

"Ben, maniwala ka! May sakit ka! Kung hindi ka naniniwala tingnan mo ang mga gamot sa kwarto mo. Kung anuman ang nakikita mo sa isip mo, hindi 'yun totoo, Ben! Please! Maniwala ka sa 'kin!" ang narinig kong sigaw ni Rufa habang papalayo ang tricycle sa club.

Malakas na hinampas ng malamig na hangin sa gabi ang aking mukha. Pero hindi nito napalamig ang init ng hiningang lumalabas sa aking ilong. Hindi nito napalamig ang init sa aking dibdib. Pinatakbo ko ang tricycle hanggang sa pumalo sa 60 ang puting kamay ng speedometer ng motor. Nagngangalit ang makina nito. Parang sigaw ng galit na dragon ang tunog ng makina nito. Pero hindi pa ito sapat. Hindi pa sapat ang galit na naririnig ko sa makina nito. Ang katotohanang may sakit ako. Ang katotohanang nakakalimot ako. Ang katotohanang hindi totoo ang mga naaalala ko at ang mga bagay na nakikita ko sa aking isip ay isang malaking kalokohan. Kung tatanggapin ko ito anong mangyayari sa mundong aking ginagalawan? Anong mangyayari sa lahat ng aking nalalaman? Pinihit ko pa ang silinyador at pumalo sa 80 ang kamay ng speedometer pagkatapos ay 100. Nagngalit lalo ang makina ng tricycle. Sinalubong ko ang malakas ng hangin sa aking harapan. Hindi ko ibinaling ang aking mukha sa kaliwa o sa kanan. Tinitigan ko ang dilim sa aking unahan at sinalubong ito.

Hindi ba totoong nakita ko ang mukha ng lolo ni Jake bago ito mamatay? Hindi ba totoo ang itim na bato sa gitna ng dila nito? Hindi ba totoong nagising ako sa tabi ng itim na ilog, duguan at putikan? Hindi ba totoo ang bakas ng pangil sa leeg ng mga biktima? At si Mang Greg? Si Mang Greg? Nawawala si Mang Greg. Imahinasyon ko lang ba ang lahat.

Biglang umikot ang isipan ko. Hindi! Biglang lumiko ang tricycle ko!

Bigla akong natauhan nang makita kong malapit ng bumangga sa pader ng bahay ni Angel at Marian ang tricycle ko. Mabilis akong naka-preno. Sumadsad sa semento ang gulong nito. Galit akong bumaba paghinto nito. Itinapon ko ang upuang ng tricycle ko. Tumama ito sa pader at nalaglag. Kinuha ko ang puting plastic bag dito at galit kong binuksan. Nang makita ko ang duguang damit ko ay wala sa sariling itinapon ko ang mga ito sa kalsada.

"Hindi ba 'yan totoo! Ha! Hindi ba 'yan totoo!" ang malakas kong sigaw habang pinapalo ng malakas ang ulo ko na parang nababaliw. Umalingawngaw ang boses ko sa tahimik na madaling araw.

Galit kong iniwan na nakakalat ang mga duguang damit sa tabi ng tricycle ko at pumasok sa eskinita papunta sa barung-barong na bahay namin ni Rufa. Galit kong sinipa ang tablang pintuan nito pagkatapos ay hinigit ang kurtina ng aking kwarto. Nalaslas ang pagkakasabit nito sa taas at bumagsak sa sahig. Tinapakan ko ito pagdaan ko. Hinanap ko ang gamot na sinasabi ni Rufa para patunayan sa sarili ko na hindi totoong may sakit ako. Na walang problema ang memory ko. Binuksan ko ang cabinet ko. Halos masira ito nang bigla kong buksan. Hinanap ko dito ang gamot na sinasabi ni Rufa. Kinalat ko ang mga damit ko dito pero wala pa rin akong makita. Nagsisinungaling si Rufa! Iisa na lang ang lugar na hindi ko pa nabubuksan. Nakita ko ang table na may drawer sa tabi ng cabinet at binuksan ito. Dito tumambad sa natutulala kong mukha ang tatlong bote ng mga gamot na nakahalo sa mga inhaler ko. Kinuha ko ang isa at binasa ang label. *Donepezil - Mild to severe dementia due to Alzheimer's.* Kinuha ko ang isa at binasa uli ang label. *Galantamine - Mild to severe dementia due to Alzheimer's.* Kinuha ko ang isa pa at binasa ang label. *Rivastigmine - Mild to severe dementia due to Alzheimer's.* Napaupo ako sa aking kama.

Nanginginig ang mga kamay, binuksan ko ang huling bote. Inihulog ko sa maputla kong palad ang tatlong kapsula. Makintab ang kulay nitong puti at pula sa magkabilang dulo. Isinubo ko ang mga ito ng sabay-sabay at pagkatapos ay nilunok. Saglit pa at biglang umikot ang aking paningin. Hindi ko alam kung inantok ako o nahilo. Bumagsak na lang ang katawan ko sa higaan.

***

MAGAAN ang pakiramdam ko paggising ko. Wala na ang nararamdaman kong mabigat sa aking dibdib. Natuyo na rin ang aking mga mata. Magaan ang ulo ko. Maaliwalas. Naramdaman ko ang pagtama ng init ng araw sa aking mukha. Tanghali na. Pero ayoko pang bumangon. Parang gusto ko pang magpahinga.

Lahat ng mga iniisip kong problema kagabi ay biglang nawala. Nawala na nga ba lahat? Inisip ko ang mga nangyari kagabi. Maliwanag at malinaw ang mga ito sa aking alaala. Oo. Malinaw pa sa tubig ang mga aalala ko sa nangyari kagabi. Ang ginawa ko kay Dominic sa club. Ang pagsuntok sa akin ni Banjo. Ang pag-uusap namin ni Maia. Ang katotohanang sinabi sa akin ni Rufa. Malinaw sa isip ko ang mga ito. Pati ang....

Bigla akong napabalikwas sa pagkakahiga. Naalala ko ang mga duguang damit na ikinalat ko sa tabi ng aking tricycle. *Hindi!* Bulalas ko sa sarili. Hindi pa ako nakakatayo ay nag-vibrate ang telepono ko sa aking bulsa. Inilabas ko ito at binuksan. Si Inspector Dizon. Nagtatanong na naman kung anong balita kay Banjo. Ibinalik ko ang telepono sa bulsa. Mamaya ko na siya sasagutin.

Nagmamadali akong lumabas sa kwarto ko. Nakita ko si Rufa sa kusina. Kasama niya si Banjo. Maayos na kumakain ng almusal ang dalawa na parang walang nangyari kagabi. Napailing ako nang makita ko si Rufa.

"Ben!" tawag niya. Hindi ko siya pinansin. Lumabas ako ng pintuan. Ang pintuang sinipa ko kagabi. "Ben! Anong ginawa mo sa pintuan at kurtina!" sigaw ni Rufa habang habol ako papalabas ng bahay.

Tinakbo ko ang eskinita hanggang makarating ng basketball court. Sa tabi nun nakita ko ang tricycle ko at ang nagkalat ng mga duguang damit sa ilalim nito. Salamat sa aso, napapunta ito sa ilalim ng tricycle ko at walang nakakita. Pag lapit ko dito, mabilis tumakbo ang aso. Ibinalik ko ang mga duguang damit sa puting plastic bag. Ibinalik ko ang upuang inihagis ko sa pader kagabi. Sa ilalim noon, itinago ko ang puting plastic bag. Sumakay ako sa tricycle, inistart ito, at pinatakbo.

Maaliwalas ngayon ang aking pakiramdam. Para akong isang bulag na ngayon ay nakakakita na. Hindi ko alam kung dahil ba ito sa katotohanan na sinabi sa akin ni Rufa kagabi o dahil sa drugs na ininom ko. Kahit na anu pa ang dahilan nito, iisa lang ang alam ko. Malinaw na sa akin ang lahat. Totoo ang duguang damit sa ilalim ng upuan ng tricycle ko. Totoong nagising ako sa tabi ng itim na ilog. Totoo si Mang Greg. Totoo ang bakas ng pangil sa leeg ng mga biktima. At ito ang sasabihin ko ngayon kay Inspector Dizon. Inilabas ko ang telepono sa aking bulsa at nag-reply sa kanya. Gusto kong magkita kami ng personal pero ayaw niya. I-text ko na lang daw. Pinilit ko siya. Agad bumalik ang sagot niya.

Inspector Dizon: *Magkita tayo sa isang bakanteng lote sa loob ng RichVille subdivision.*

Ini-start ko ang tricycle at pina-arangkada. Hindi pa ako nakakalayo sa basketball court nang biglang may tumawag sa akin.

"Kuya Ben! Kuya Ben!" sabay na tawag ni Angel at Marian.

Sorry. Angel at Marian. Bulong ko sa sarili nang lingunin sila.

Hindi ko na sila binalikan. Hindi ko sila maihahatid ngayon. Hindi bukas. Hindi na kailanman. Hangga't hindi ko nalalaman kung anong gagawin sa patapon kong buhay, hindi na ako maaaring bumalik sa paulit-ulit at paikot-ikot na routine na dati kong kinagisnan.

Nakita ko ang kotse ni Inspector Dizon. Nakaparada ito sa harap ng bakanteng lote ng sinabi niyang subdivision. Actually maraming bakanteng lote sa loob ng abandonadong subdivision. Na-bankrupt siguro ang may-ari nito kaya bigla na lang iniwan. O kaya naman biglang namatay o biglang nag-abroad. Nahirapan akong tukuyin kung alin dito ang sinabi niyang bakante. Wala akong mapagtanungan kasi nga walang katao-tao. Umikot lang ako sa lugar kaya nakita ko si Inspector Dizon. Ipinarada ko ang tricycle ko sa likod ng brown niyang kotse. Bumaba ako pagkatapos ay lumapit sa bintana ng kotse sa tabi niya. Nasa driver's seat siya. Kahit tanghali na ay may hawak pa siyang papercup na may kape. Hula ko hindi pa siya kumakain. Mukhang hindi pa rin natutulog at naliligo. Naalala ko na naman ang laging sabi ni Nanay Carol - hindi na naman umuwi si Inspector Dizon.

"Pasok," utos niya paglapit ko. Binuksan niya ang passenger seat sa tabi niya. Pumasok ako doon at umupo. Hindi siya tumingin sa akin. Kahit naka-shades siya, pansin kong nagpapalinga-linga ang mata niya sa paligid. "Anong info mo? Confi ba yan? Bakit hindi mo na lang i-text or i-call sa akin? It saves us both time," parang naiinis niyang sambit.

"Kailangang ipakita ko sa 'yo 'to ng personal, Kuya Vince," sagot ko. Inilabas ko ang telepono ko para ihanda ang mga larawang gusto kong makita niya.

"Teka lang," pigil niya. Itinaas niya ang kamay parang pinipigilan ako. "Tungkol ba 'yan kay Banjo?" tanong ni Inspector Dizon.

"Hindi, Kuya Vince. Pero sa tingin ko kailangan mong makita ang mga bite marks sa leeg ng mga biktima," paliwanag ko. Itinapat ko sa mukha niya ang larawan sa aking telepono.

"Ben!" galit niyang sigaw. Napakamot siya sa ulo. Nakita ko ang pagkadismaya sa kanyang mukha. Tinanggal niya ang suot na shades at hinarap ako. "Akala mo ba hindi namin nakikita 'yan mga bite marks na 'yan? Ganun ba kami kabobo sa tingin mo, Ben? At tsaka, paano mo nakuha ang picture na yan ha?" pagtataka niya.

"Ah eh, pumunta kami ni Jake sa morgue para kunan ng picture ang bangkay," paliwanag ko.

"Santa Mariang mahabagin, Ben!" sambit ni Inspector Dizon sabay bagsak ng kamao sa manibela. "Alam mo bang kapag nalaman ito ni Chief ay pwede kayong kasuhan ng tampering with evidence?" dagdag niya.

"Sorry, Kuya Vince, hindi namin alam ni Jake. Pero may suspetsa kami na si Mang Greg ang....?

"Ang ano, Ben? Si Mang Greg ang halimaw?" putol ni Inspector Dizon. "Ano, Ben? Bakit hindi mo masabi? Dahil ba iniisip mo na iisipin ko na nababaliw ka kapag sinabi mo sa akin na halimaw si Mang Greg? Na halimaw ang pumapatay sa lugar natin? Ngayon alam mo kung bakit kahit nakita ko ang mga bite marks na 'yan ay hindi ko pwedeng sabihin na halimaw ang gumawa niyan dahil katulad mo, Ben, ayokong isipin ni Chief Andaya na nababaliw ako," paliwanag ni Inspector Dizon.

Napabuntong-hininga siya hindi ko lang alam kung dahil ba sa haba ng sinabi niya o dahil sa frustration na nararamdaman niya para sa kaso. Tumahimik siya saglit. Pagkatapos ay kumalma bago siya nagsalita uli.

"Iisa ang findings ng mga autopsy, Ben. I mean ng tunay na autopsy. Mysterious death ang pagkamatay ng mga biktima. Positive kami na hindi tao ang killer at hindi rin hayop. Merong halimaw na umaaligid sa ating lugar pagsapit ng dilim, Ben," kalmadong paglalahad ni Inspector Dizon. Tumingin siya sa aking na parang maglalabas ng lahat ng sama ng loob sa kanyang dibdib. Nakita kong malapit ng mabasa ang kanyang mga mata. "Pero anong gagawin namin, Ben? Nakatutok na sa imbestigasyon namin ang National Media. Ayokong pagtawanan ako ng tagarito sa atin. At ayokong pagtawanan ako ng buong bansa," ang malungkot niyang pagtatapos. Tumungo siya at naghilamos ng mukha kahit walang tubig. Pagkatapos isinuot niya uli ang shades.

"So, Ben. Please lang," matigas na uli ang boses niya. "Kalimutan mo na 'yan bite marks na yan at mag-focus ka kay Banjo. Magagawa mo ba 'yon?" Tumango ako. "At next time, wag kang makikipag-meet sa akin ng hindi tungkol kay Banjo ang info na dala mo. Okay? Sige. Labas!" galit niyang utos.

Umaangal na ang makina ng kotse ni Inspector Dizon pagbaba ko. Nakatayo lang ako sa tabi ng kalsada, hinihintay ang pag-alis niya. Sumilip siya sa bintana ng kanya kotse.

"Ben!" tawag niya. "Tama kayo ni Jake. Pareho tayo ng suspetsa, si Mang Greg ang halimaw," sambit niya. Natigilan ako sa aking narinig. Tama ang suspetsa namin ni Jake. Hindi ko na namalayan ang pag-alis ng sasakyan ni Inspector Dizon.

Gusto kong hanapin si Mang Greg nang malamang ko na siya rin ang suspect ni Inspector Dizon. Pero naramdaman ko ang frustration ng Kuya Vince ni Jake. Naisip kong sundin muna ang utos niya. Kailangan kong mag-focus muna kay Banjo. Kailangang malaman ko kay Banjo kung kelan at kung anong oras gagawin ang shipment ng mga menor de edad na mga batang babae na ginagawa nilang prostitute. Naalala ko, nasa bahay kanina si Banjo. Kailangang makabalik ako doon. At sana naroon pa siya. Tanghali na rin. Naisip kong doon na rin mag tanghalian.

Pagsakay ko ng tricycle. Naka-received ako ng message ni Aling Caring. Hindi ko na ito sinagot. Sorry, Aling Caring. I'm sure maraming tricycle ang handang maghatid sa 'yo.

Pagdating ko sa bahay, sira pa rin ang pintuang sinipa ko kagabi. Naabutan ko si Rufa at Banjo na magkasalong nanananghalian sa kusina. Nang makita ako ni Rufa niyaya niya akong umupo sa tabi niya. Umupo ako. Nakatingin ako kay Banjo. Hindi siya tumitingin sa akin habang kumakain. Tumayo si Rufa at ipignahain ako ng pagkain at inumin. Umupo uli si Rufa at itinuloy ang pagkain. Nagsimula na rin akong kumain.

"Masakit pa ba ang panga mo, Ben?" tanong ni Banjo sa akin. Naisip kong magbait-baitan muna. Kailangang may maibigay akong info kay Inspector Dizon. Kailangan ko na ring malaman kung nasan ang perang ninakaw ni Banjo sa bahay ni Tatay Benjie. Nagbait-baitan ako pero hindi sobrang bait para hindi ako mahalata.

"Hindi naman masakit, Banjo. Mahina ka namang sumuntok," sagot ko habang nakatitig sa kanya. Napasinghal si Banjo. Nakangiti siya pagtingin sa akin.

"That's the spirit," sagot niya. "Alam mo, Rufa, umidad lang ng konti etong anak mo pwede na siyang magtrabaho kay Dominic. Alam mo bang sabi ni Dominic sa akin kagabi gusto daw niya ang tapang ni Ben. Ganito raw ang kailangan niya bilang tauhan niya," dagdag ni Banjo. Uminom siya ng tubig. Galit na napatingin sa kanya si Rufa.

"Oy! Banjo! Huwag mo ngang maisali sa sindikato n'yo si Ben. Kung hindi ako mismo magsusuplong sa 'yo sa mga pulis!" banta ni Rufa. Nawala ang ngiti sa mukha ni Banjo pagtingin kay Rufa. Ngumiti ito pagtingin uli sa akin.

"Oy, Ben. Pasensya ka na kagabi ha. Nasuntok kita. Alam mo na. Trabaho lang. Kailangan ko kasing protektahan si Dominic. Tsaka madilim sa club. Nakatalikod ka. Hindi ko alam na ikaw 'yun," paliwanag ni Banjo.

"Tumigil ka nga Banjo. Tinutukan mo pa nga ng baril si Ben," galit na sabat ni Rufa.

"Ano ba, Rufa. Nakikipag-kasundo na nga sa anak mo eh," reklamo ni Banjo.

Tumayo ako. Nawalan na ko ng ganang kumain.

"Hindi muna ako mamasada ngayon. Babawi muna ako ng tulog," paalam ko habang nakatingin kay Rufa.

"O sige anak. Hindi rin kami lalabas ni Banjo dito lang kami sa bahay," sagot ni Rufa.

Tama! Huwag kang umalis, Banjo! Naisip ko pagpasok ko sa aking kwarto.

Nilakihan ko ang aking taynga habang nakahiga sa aking kama. Naghihintay ako ng may tatawag kay Banjo. Bumibigat na ang aking mga mata. Dinadalaw na ako ng antok. Pinigilan ko ito. Kailangang manatili akong gising kung gusto kong makakuha ng useful info.

Isang oras na ang lumipas wala akong narinig sa usapan ni Rufa at Banjo kundi puro away. Magbabati tapos mag-aaway uli. Hindi ba sila nagsasawa sa kaka-away?

Nagpaikot-ikot na ako ng higa sa kama ay wala pa rin akong nakukuhang info kay Banjo. Gusto ko ng lumabas at hanapin si Mang Greg. Naisip kong maghintay pa ng konti. May kutob kasi ako na kaya nakatambay lang si Banjo sa bahay namin ay may hinihintay siyang tawag o instruction galing kay Dominic. Hindi ako nagkamali.

Pagkatapos ng apat na oras ng paghihintay, narinig ko ang pag-ring ng telepono ni Banjo. Seryoso ang boses niya. Konti lang ang mga sagot ni Banjo. Yes boss. Oo, boss. Sige, boss. Sa bandang huli inulit niya ang info na pinasa sa kanya ni Dominic. Narinig ko ang "port", "bukas alas-12 ng madaling araw", at ang "50 na babae 20 and below". *Jackpot*. Naisip ko. Hindi pa nai-ibaba ni Banjo ang telepono niya ay na-text ko na kay Inspector Dizon ang info na nakuha ko. Na-receive ko agad ang reply ni Inspector Dizon.

Inspector Dizon: *good job!*

Naibigay ko na kay Inspector Dizon ang gusto niya. Makakapag-focus na ko kay Mang Greg. Iisa lang ang nasa isip ko. Kung walang lakas ng loob si Inspector Dizon na ilabas sa publiko ang halimaw na pumapatay, pwes si Ben na patapon na ang buhay ang gagawa nito!

CHAPTER 17

ISANG ARAW kong hinanap si Mang Greg. Gamit ang tricycle, umikot ako sa mga lugar na pwede niyang daanan, tambayan, o kaya ay tulugan. Pero hindi ko pa rin siya makita. Habang pinag-iisipan ko kung papasukin ko na ang bahay ni Mang Greg o hindi ay na-receive ko ang text message ni Inspector Dizon. Pinaalala niya na mamayang madaling araw na ang nakatakdang pag raid nila sa sindikato ni Banjo at Dominic. Tinatanong niya kung sigurado ako sa binigay kong info sa kanya. Nireplayan ko lang ito ng naka-caps lock na YES!

Gabi na nang puntahan ko ang bahay ni Mang Greg. Tinalikuran ko na ang paghahatid kay Angel at Marian, kay Aling Caring, at kay Rufa at Maia dahil dito.

Hindi na makakapaghintay ang tungkol kay Mang Greg. Kailangang malaman ko kung totoong nawawala siya o nagtatago lang. Naghihintay ng tamang pagkakataon para umatake at pumatay ng kasunod na biktima. Ang tanong na halimaw ba si Mang Greg ay matagal na naming nasagot ni Jake. Kinunpirma pa ito ni Inspector Dizon. Kung hindi nagtatago, nakaramdam kaya si Mang Greg na minamanmanan siya ng grupo ni Inspector Dizon kay siya tumakas sa ibang bayan? Kung anuman ang sagot sa mga ito kailangan kong makasiguro.

Kanina pa nakaparada ang tricycle ko sa kabilang side ng kalsada sa tapat ng kanyang barung-barong na bahay sa tabi ng daan. Madilim ang bahagi kung saan ako pumwesto. Walang mga bahay sa kabilang side ng kalye na ito. Hilera ng matataas na puno at damo ang nasa likod ko. Ilang minuto na akong naghihintay sa paglabas ni Mang Greg. Umiinit na ang pwet ko sa tagal ng pagkakaupo. Naisip kong sapat na dahilan na iyon para pasukin ko na ang bahay niya.

Tumayo ako mula sa pagkakaupo ko sa tricycle. Nagpalinga-linga ako sa paligid. Walang katao-tao dito at wala na ring sasakyan dumaraan. Hindi pa madaling araw pero naririnig ko na ang huni ng mga kulisap na nagtatago sa masukal na damuhan. Mabilis lumubog ang araw sa bahaging tirahan ni Mang Greg. Binuksan ko ang mini-compartment ng motor at kinuha ang flashlight doon. Patakbo kong tinawid ang kalsada na parang isang magnanakaw.

Nang makita ko ng malapitan ang bahay ni Mang Greg, napansin ko na nakaangat ang pinagtagpi-tagping lumang tabla na pintuan nito. Na-imagine kong nasa likod ng pintuan na ito si Mang Greg. Naghihintay na pumasok ako. Nakalabas ang mga pangil. Nasasabik na sakmalin ang aking leeg. Kung meron mang kasunod na biktima si Mang Greg, naisip kong malamang iyon ay ako. Wala akong naramdamang takot sa naisip ko. Hindi ko alam ang dahilan, pero simula ng magising ako sa tabi ng itim na ilog, parang mas gusto ko pa ang nasa dilim.

Lumapit ako sa nakaangat na pintuan at bahagyang itinulak ito ng isa kong paa. Lumangitngit ito katulad sa nakakatakot na pelikula. Madilim sa loob ng bahay ni Mang Greg. Wala akong makita. Humakbang ako dahan-dahan. Pumasok ang mukha ko sa madilim na loob. Pagkatapos ay ang buo kong katawan.

Binalot ako ng kadiliman sa loob ng silid. May hanging sumalubong sa mukha ko. Nakaamoy ako ng dugo. Natuyong dugo. Nabubulok na dugo. Pagkatapos kasunod ay ang amoy bulok na pagkain, usok, alak, upos ng sigarilyo. Habang papasok ako ng papasok lalong tumindi ang mabahong amoy.

Binuksan ko ang flashlight at nakita ko ang lumang center table sa harap ng marumi at sira-sirang sofa. May kumot at unan dito sa sofa. Dito natutulog si Mang Greg. Madungis din ang mga ito. Itinutok ko ang flashlight sa center table. Nagtakbuhan ang mga daga mula dito. Sinagi nila ang mga bote ng alak na walang laman na nakakalat sa maruming sahig. Gumawa ng konting ingay ang mga daga pati na ang mga bote. Nakakalat din sa sahig ang tinidor at kutsara. May isang pinggan sa ibabaw ng center table. Nabubulok na ang pagkain dito. May nakataob na plastic cup sa ibabaw ng astray na puno ng upos ng sigarilyo. Lahat ng nakita ko ay nagsasabing matagal na silang hindi nagagalaw. Ang bahay na ito ay matagal ng hindi natitirahan. Matagal ng hindi umuuwi dito si Mang Greg.

Mang Greg nasan ka? Bulong ko sa sarili habang sinusuyod ng liwanag ng hawak kong flashlight ang kisame at apat na pader ng silid. Tumigil ito sa isang nakasabit na malaking cork board. Halos nabubulok na ito ganun din ang mga nakasabit dito. Mga piraso ng papel? Hindi! Puno ang cork board ng mga newspaper clippings. Mga lumang balita na inipon ni Mang Greg.

Bakit nag-iipon ng newspaper clippings si Mang Greg? Pagtataka ko habang papalapit sa lumang cork board. Paglapit ko dito, itinutok ko ang flashlight sa isang newspaper clipping at nabasa ang headline nito:

THE SUCCESS STORY OF BAHAY-AMPUNAN FOUNDATION!

Sa ilalim nito ay may isang larawan. Larawan ito ng mga staffs at mga batang nakatira sa bahay-ampunan. Nakangiti ang mga nakahilerang mukha sa larawan. Sa gitna nito ay may isang batang nakaupo sa wheelchair at sa likod niya ay may isang staff ng foundation. Nakasuot ito ng puting uniform na may tatak ng pangalan ng foundation.

Inilapit ko ang aking mata para aninagin ang mga mukha sa larawan. Laking gulat ko nang makita ko kung sino ang mga nasa larawan. Si Dominic? Si Dominic ang batang nakaupo sa wheelchair? At ang staff na naka-uniform na puti ay si...Mang Luis?

Agad naglaro sa aking isipan ang maraming ideya sa pagnanasang maitindihan kung ano ang ibig sabihin ng larawan. Magkakilala si Mang Luis at Dominic! Pero paano nangyaring hindi na lumpo si Dominic ngayon? At bakit interesado si Mang Greg dito? Kilala ba ni Mang Greg si Mang Luis at Dominic? Kumunot ang noo ko sa pagtataka.

Itinutok ko ang flashlight sa katabing newspaper clipping at binasa ang headline nito:

BODY OF YOUNG GIRL RAPED AND KILLED IN THE FOREST HAS GONE MISSING FROM THE MORGUE

Sa ilalim ng headline nito ay nakita ko ang larawan ng masukal na kagubatan pagtawid sa itim na ilog. Sa ilalim ng larawan sa bandang kanan bago pumasok sa gubat ay may nakatirik na isang lumang bahay. Agad bumalik sa alaala ko ang bahay na pinuntahan namin ni Jake sa gubat. Ito rin ang kinatitirikan ng bahay ngayon ni Mang Luis. Parang may umiikot sa isipan ko pero hindi ko mahuli kung ano. Hindi ko mapagkonek ang mga ito. Lalo pa akong naguluhan nang mabasa ko ang sumulat ng artikulo na ito.

GREG A. WALANGSALA

Investigative Journalist

National Media

Ha? Ang sabi ng hininga kong bigla na lang lumabas sa aking bibig. Isang journalist si Mang Greg?

Inisip ko ang mga eksenang nakabangga ko si Mang Greg sa daan at pinagbintangang halimaw. Ang mga eksenang nakikita ko siyang tumatakbo habang sinisigawan ng mga bata at tinatawag na sira ulo. Ang mga eksenang sinisipa siya ng mga tambay sa basketball court. Ang mga eksenang muntikan ko na siyang mabangga. Nanlumo ako sa aking kinatatayuan. Na-imagine ko kung anong hirap o kalupitan ang pinagdaan ni Mang Greg para umaabot siya sa ganitong kalagayan ng pamumuhay. Naramdaman ko kung gaano ka unfair ang kapalaran. Biglang uminit ang aking mga mata para kay Mang Greg. Muntik ng tumulo ang aking luha nang makita ko ang nakasabit niyang employee ID bilang journalist ng National Media. For the first time, nakita ko ang nakangiti niyang mukha. Nakita ko ng malapitan ang masayang mukha ni Mang Greg. Kinuha ko ang ID sa pagkakasabit nito at binaliktad.

Biglang nanlambot ang mga tuhod ko at napaupo sa maruming sahig dahil sa likod ng ID ni Mang Greg ay nakaipit ang isa pang larawan niya kasama ang dalawa niyang anak na babae. Masaya silang tatlo. Matamis ang kanilang mga ngiti. At ang ngiti ng isa sa kanila ay ang ngiting nagpabago sa buhay ko. Ang ngiti ni Maia.

Anak ni Mang Greg si Maia. Hindi niya ama si Dominic!

Habang nakaupo sa maruming sahig ay nakaramdam ako ng pagkahilo. Umikot ang ulo ko sa mga lumang larawang nakita ko. Kumalam ang tiyan ko pagkatapos ay umikot din ito. May gustong lumabas sa bibig ko. Nasusuka ako. Tumayo ako at nagpaikot-ikot ng tingin kasabay ng liwanag ng hawak kong flashlight.

Nang makita ko ang toilet sa loob ng silid ni Mang Greg ay agad akong pumasok dito. Sa pagluhod ko dito para sumuka, nabitawan ko ang flashlight na hawak ko at nalaglag ito sa aking tabi.

Habang nakaluhod sa loob ng toilet ni Mang Greg, nagsuka ako sa dilim. Ilalabas ko na sana ang lahat ng laman ng tiyan ko pero biglang natigil ang aking pagsusuka dahil sa sobrang baho ng amoy sa loob nito. Dito nanggagaling ang amoy ng nabubulok na dugo. At nang bumaling ako sa kanan ay lalo lumakas pa ang amoy nito.

Hawak ang ilong ng isa kong kamay, kinapa ko ang flashlight sa aking tabi. Binuksan ko ito at itinutok ang liwanag nito sa pinanggalingan ng amoy. At nang maliwanagan ang bahaging iyon ay doon ko nakita ang aking hinahanap — ang walang buhay na katawan ni Mang Greg!

Nakadilat ang mga mata ni Mang Greg habang nakasandal sa pader ng kanyang toilet, nakaupo sa natuyo at nabulok niyang dugo. Nabubulok na rin ang katawan niya. Kinain na ng mga daga ang mga daliri niya. Hindi siya pinatay ng halimaw. Mas masahol pa sa halimaw ang pumatay sa kanya. May tama siya ng isang bala sa ulo. Napansin ko ang nakanganga niyang bibig. Wala roon ang kanyang dila. Nang itutok ko dito ang hawak kong flashlight, nalaman kong matagal ng walang dila si Mang Greg. Matagal na siyang hindi nakakapagsalita. Ito ang dahilan kung bakit parang umaangal siya na parang tigre.

Puno ng galit sa dibdib, isa-isa kong kinuha ang mga newspaper clippings ni Mang Greg mula sa cork board. Pupuntahan ko si Mang Luis. Siya lang ang makakasagot sa mga tanong na naglalaro sa isipan ko.

Nang marating ko ang mala-mansyong bahay ni Mang Luis ay parang palasyo ang liwanag nito. Ipinarada ko ang tricycle sa harap ng mataas na gate nito. Agad akong nilapitan ng katiwala dito. Sumilip siya sa mga awang sa gate at kinausap ako nang makita ako.

"Pasensya na po. Hindi po gumagamot sa araw na ito si Mang Luis," bati ng batang katiwala habang sinisipat ang mukha ko sa dilim.

"Hindi ako magpapagamot. May sadya lang ako sa kanya. Mahalaga lang," paliwanag ko.

"Ganun po ba? Wala po siya dito eh. Nasa gitna po siya ng gubat pag ganitong araw at oras. Kumukuha po siya ng panggamot para bukas," sagot ng katiwala.

"Saan ba 'yon. Puntahan ko na lang. Urgent kasi pakay ko sa kanya," tanong ko.

"Sa gitna po ng gubat. Lakarin n'yo lang po. Sundan n'yo ang daan at 'yun poste ng ilaw sa daan. Sa dulo, makikita nyo po ang lumang cottage."

"Sige. Salamat po," paalam ko.

Pataas ang daan sa gitna ng gubat at makitid. Sinundan ko ang mga poste ng maliliit na bumbilya hanggang sa marating ko ang dulo. Nakita ko ang lumang cottage na sinasabi ng katiwala. Nakasarado ang pintuan nito pero may liwanag na lumalabas sa awang ng kahoy na pader nito. Lumapit ako sa pintuan at marahang itinulak ito. Nasilip ko ang loob nito. Wala itong laman kundi ang tumpok ng maitim na lupa sa gitna nito. Hanggang baywang ko ang taas ng lupa. Napapalibutan ito ng mga kandila na siyang tanging nagpapaliwanag sa loob ng silid. Sa harap nito ay nakita ko si Mang Luis. Nakatalikod siya sa akin at nakaluhod sa harap ng tumpok ng lupa na parang nanalangin.

"Pumasok ka, Ben," utos niya. Hindi agad ako nakagalaw. Ipinagtaka ko kung paano niya nalamang parating ako.

Humakbang ako para pumasok. Napangiwi ako saglit dahil sa umugong na tunog na sumundot sa aking taynga ngunit pagkatapos ay mabilis ring nawala. Napalitan ito ng maraming tinig na parang bumubulong. Sabay-sabay. Hindi ko maintindihan. Parang nananalangin.

"Lumuhod ka sa tabi ko. Banal na lugar ang tinatapakan mo," utos muli ni Mang Luis. Sumunod ako. Lumuhod ako sa tabi niya. Nawala na ang mga tinig.

Napatitig ako sa tumpok na lupa dahil napansin ko na may mga bagay doon na kumikinang kapag tinatamaan ng liwanag ng kandila. Nang itutok ko ang aking mga mata ay tsaka ko lang napansin na ang mga bagay na iyon ay katulad ng itim na batong nasa gitna ng medallion ni Mang Luis. Dito kaya nanggagaling ang kapangyarihan niyang manggamot? Naisip ko.

"Ano ang pakay mo sa akin, Ben?" tanong niya. Napatingin ako sa kanya. Pinag-aralan ko ang kanyang mukha. Bago ko siya tanungin gusto kong malaman kung hindi siya sinasapian o nasa ibang daigdig ang isipan. Nakita kong normal ang ekspresyon ng kanyang mukha at galaw ng mga mata. Inilabas ko ang mga newspaper clippings ni Mang Greg. Inilatag ko ang mga ito sa kanyang harapan.

"Ang batang nakaupo sa wheelchair. Kilala mo?" seryosong tanong ko. Parang narinig ko ang pang interrogate na boses ni Inspector Dizon sa boses ko. Tumingin siya sa itinuro ng aking daliri. Pagkatapos ay binasa ang headline ng iba pang newspaper clipping sa harap niya. Napabuntong-hininga siya. Malalim. Sobrang lalim. Saglit siyang hindi sumagot. Nakatitig lang sa tumpok na lupa. Pagkatapos ay tumingin muli sa nakaturo kong daliri at nagsalita.

"Si Dominic ay isa sa mga batang inalagaan ko sa Bahay-Ampunan Foundation. Isa ako sa mga staffs doon noong panahong na 'yon. Mabait na bata si Dominic. Pero ipinanganak siyang lumpo. Iniwan ng mga magulang sa kalsada dahil sa kanyang kapansanan. Inampon ko siya para ilayo sa mga mas malalaking bata na walang tigil siyang kinukutya. Iniligtas ko siya sa mga bullies. Inalagaan ko siya. Pinalaki. Ngunit hindi iyon sapat para kay Dominic. Gusto niyang makalakad. Gusto niyang palakarin ko siya. Dahil sa awa pinagbigyan ko siya. Ilang beses ko siyang dinala dito sa gitna ng gubat at sa cottage na ito itinuro ko sa kanya ang paraan — ang orasyon, ang alay, at ang mga dasal. Ginawa niya 'yon hanggang sa makita ko isang araw, habang nakaupo siya sa kanyang wheelchair, na suot na niya ang medallion katulad ng medallion ko. At doon ipinakita niya ang isang himala. Nakalakad noon din si Dominic. Pero nag-iba ang ugali ni Dominic paglipas ng mga araw. Naging masama ang kanyang mga gawa at mga salita. Hanggang sa mabalitaan ko na lang na meron batang babae na ni-rape sa gitna ng gubat. Sa cottage na ito mismo. Ayokong isipin na si Dominic 'yon, Ben. Pero walang sino man ang makakapagtago ng kasamaan. Nakita ng mga pulis ang walang buhay na katawan ng babae sa cottage na ito at dinala sa morgue. Ngunit paglipas ng isang araw, nawala ito. Nawala ang bangkay ng batang babae. Nawala na rin si Dominic at hindi ko na muling nakita," paglalahad ni Mang Luis. Nakita kong basa na ng luha ang kanyang mga mata. Inilabas ko ang ID ni Mang Greg.

"Ito. Kilala mo ba siya?" tanong ko habang nakatitig sa luhaan niyang mukha. Umiling lang si Mang Luis. Pinunasan niya ang luha sa mata.

"Hindi ko siya kilala, Ben. Hindi ko pa siya nakikita sa tanang buhay ko," sagot ni Mang Luis.

Binaliktad ko ang ID ni Mang Greg.

"Sino dito sa dalawang batang babae ang ni-rape ni Dominic?" tanong ko uli. Biglang sumabog na ang luha ni Mang Luis.

"Hindi ko kilala, Ben! Ayoko ng balikan ang kahayupang ginawa ni Dominic sa cottage na ito!" napayuko si Mang Luis pinipigilan ang luha.

Habang iniiisip ang mga sinabi ni Mang Luis, biglang nag-ring ang telepono ko. Inilabas ko ito sa aking bulsa at tiningnan. Tumatawag si Inspector Dizon. Tumingin ako sa relo ko. Pasado alas-12 na ng madaling araw. Tapos na ang raid operation nila. Kinuha ko ang mga newspaper clippings sa harap ni Mang Luis na noo'y lumuluha pa rin at mabilis akong lumabas ng cottage.

Sinubukan kong sagutin ang tawag ni Inspector Dizon paglabas ko ng cottage pero naka-hang na ito. Kasunod noon ay isang text message.

Inspector Dizon: *Hello Ben! Nasa kamay na namin si Banjo. Puntahan mo kami sa abandonadong subdivision kung saan tayo nagkita dati. Sa RichVille. Merong bahay doon na walang nakatira. Doon namin dadalhin si Banjo for preliminary interrogation. Magkita tayo dun.*

CHAPTER 18

KATULAD ng instruction ni Inspector Dizon noong una kaming magkita sa isang bakanteng lote sa RichVille subdivision, nagtiwala uli ako sa kanya na nag-iisa lang ang bahay dito na bakante at walang nakatira. Pagdating ko dito ay marami palang bahay na abandonado na. Kailangan ko na namang magpaikot-ikot bago ko makita ang bakanteng bahay na sinasabi niya. Nakita ko lang ang bahay dahil sa temporary na ilaw na ikinabit ng grupo niya. Ito lang ang bakanteng bahay sa loob ng subdivision na maliwanag. Binati agad ako ni Inspector Dizon pagpasok ko sa loob.

"Ben, mabuti na locate mo agad ang lugar na 'to," sambit niya habang hatid niya ako sa isang kwarto.

"Madali naman itong makita base sa instruction mo, Kuya Vince," pagsisinungaling ko.

Habang naglalakad, sinabi ko kay Inspector Dizon na nakita ko si Mang Greg at patay na ito. Sinabi ko rin sa kanya na hindi si Mang Greg ang halimaw. Hindi siya makapaniwala. May tinawagan siya para kunin ang katawan ni Mang Greg at para ma-autopsy.

Nadaanan namin ang apat na tauhan niya na naglalaro ng baraha sa isang lamesa. Tumango at bumati ang mga ito kay Inspector Dizon. Napako ang tingin nila sa akin. Napansin ito ni Inspector Dizon. Tumigil siya sa paglakad.

"Oh, ito 'yung sinasabi ko senyong asset, si Ben. Siya ang tumulong sa ating para masabat ang pinakamalaking operasyon ng sindikato ni Dominic. Di magtatagal matatapos na ang masasamang gawain ng Dominic na 'yan. Nabibilang na ang oras niya. At yan ay dahil kay Ben," pagmamalaki ni Inspector Dizon sa kanyang mga kasama. Hindi ko alam kung dapat akong matuwa. Tumayo ang isang tauhan ni Inspector Dizon at kinamayan ako. Ayoko sana pero kusa na niyang kinuha ang kamay ko.

"Ben, siguro hindi mo alam pero malaking bagay ang ginawa mo. Salamat sa 'yo. Malaking tulong 'yan sa kapulisan sa pag solve ng kaso at higit sa lahat sa mga biktima ni Dominic. Kung ang lahat ng mamamayan ay matapang lang sa pagsusumbong ng kasamaan, mabilis magiging payapa ang ating lugar," sambit niya habang niyuyugyog ang kamay ko. May kakaiba akong naramdaman nang sabihin niya 'yon. Ibig bang sabihin may halaga na ako sa mundo? Ngumiti lang ako.

"Ben! Salamat! Tapang mo!" sigaw ng isa sa dulo ng lamesa.

"Astig ka!" sigaw naman ng isa.

"How to be you, Ben?" sigaw pa ng isa. Sinundan na ito ng malakas na tawanan.

Pagkalampas namin dito ay kumaliwa kami ni Inspector Dizon at nasa loob na kami ng isang madilim na silid. May malakas na liwanag sa gitna ng silid kung saan nakaupo si Banjo. Nakaposas ang mga kamay niya sa likod ng upuan at may saklob na tela sa ulo. Nakayuko siya na parang nanghihina. Naririnig kong umuungol siya sa sakit. Nakita ko ang dalawang nakasibilyang pulis sa kanyang harapan.

"Ano? Kakanta ka na ba?" galit na tanong ng isang pulis.

"Boss, wala akong alam," mahinang ungol ni Banjo. Inundayan ng suntok si Banjo ng pulis. Tumama ito sa mukha ni Banjo na may saklob pa rin na tela.

"Kumanta ka na!" galit na sambit uli ng pulis.

"Boss, wala akong alam," ungol uli ni Banjo. Pagkatapos ay muli siyang inundayan ng suntok ng pulis.

Ganito ang nasaksihan kong eksena magdamag. Paulit-ulit. Paulit-ulit. Hanggang sa mapagod kami at matulog sa kabilang bakanteng kwarto. Natakulog ako kahit nakasubsob lang sa lamesa.

Ginising ako ni Inspector Dizon pagsapit ng umaga. Binigyan niya ako ng kapeng barako.

Pagkatapos magkape, ganun pa rin ang nasaksihan kong eksena. Paulit-ulit. Paulit-ulit.

"Ano? Kakanta ka na ba?" galit na tanong ng isang pulis.

"Boss, wala akong alam," mahinang ungol ni Banjo. Inundayan ng suntok si Banjo ng pulis. Tumama uli ito sa mukha ni Banjo na may saklob pa rin na tela. Marumi na ngayon ang tela.

Kahit hindi ko nakikita, alam kong duguan na ang mukha ni Banjo. Kumalat na ang dugo niya sa mukha sa telang nakatakip sa kanyang ulo. Na-imagine ko ngayon si Rufa sa tabi ni Banjo sa ganitong kalagayan. Na-imagine ko ang pag-iyak ni Rufa para kay Banjo. Mahal ni Rufa si Banjo at sa ganitong lagay ni Banjo, walang makakapigil sa mga luha ni Rufa. Hindi ko alam kung bakit pero nakaramdam ako ng awa kay Banjo. Siguro dahil iniisip ko na noong bata pa si Banjo ay katulad ko rin siyang paikot-ikot sa buhay ng walang direksyon, nangangapa sa dilim, naghahanap ng liwanag, parang isang tupang naligaw sa isang malawak na parang at nangangailangan lang ng isang kamay na maghahatid sa kanya sa tamang landas.

"Matigas ka ha!" galit na sambit ng isang pulis at mabilis na hinubad nito ang kanyang sinturon. Pumunta ito sa likod ni Banjo at sinakal si Banjo gamit ang leather na sinturon. Narinig ko ang ungol ni Banjo na parang nabibilaukan. Parang nasasamid. Nanigas ang buong katawan ni Banjo. Hindi na siya makahinga. Nagdikit ang aking mga panga. Napansin kong nagdikit din ang mga panga ni Inspector Dizon habang nakatitig siya sa reaksyon ng katawan ni Banjo. Naghihintay na si Banjo ay umamin. Parang nababasa ko ang laman ng isip ni Inspector Dizon na sana ay umamin na si Banjo nang matapos na ang isang eksenang walang sinuman sa amin sa loob ng silid ang may gustong masaksihan o panuorin.

Nanginginig na ang mga hita ni Banjo. Nakita naming may kung anong likido ang bumasa sa kanyang pantalon. Gusto kong pumikit pero ayokong makita ni Inspector Dizon na naaawa ako sa tao na in the first place ako ang nagpahuli.

Tumingin kay Inspector Dizon ang isang pang pulis na nakatayo lang sa harap ng hindi makahingang si Banjo. Namula ang mga mata ng pulis na parang naiiyak hindi ko alam kung dahil ba sa awa kay Banjo o dahil sa natatakot siyang madamay kung sakaling may mangyaring masama kay Banjo. Parang nagtatanong ito kung bakit hindi pa pinapahinto ni Inspector Dizon ang pagsakal kay Banjo na parang sa tingin namin ay malapit na sa bingit ng kanyang kamatayan.

"Aamin na ako!" ang ungol ni Banjo na halos hindi namin maintindihan.

Parang sabay-sabay lahat kaming nakahinga ng maluwag. Nakita ko ang pagkawala ng tensyon sa aming mga mukha. Agad binitawan ng pulis na sumasakal ang leather na belt na hawak. Nalaglag ito sa sahig. Nakita ko ang pawisang mukha ng sumasakal kay Banjo at nakita kong nakahinga rin siya ng maluwag katulad namin. Nakahinga rin ng maluwag si Inspector Dizon pero nanatili ang matigas na komposisyon ng kanyang postura.

Habang umuubo si Banjo at naghahabol sa kanyang paghinga ay parang isa-isang nabunutan ng tinik ang aking dibdib. Sasabihin na niya kung nasaan ang perang ninakaw nila kay Tatay Benjie. At kapag nakuha ko ito ay makikita ko na si Kate dahil matutupad ko na ang pangako ko sa kanya na makakalakad siya.

Nang nakabawi na sa paghinga si Banjo, nakita kong pumunta sa harapan niya si Inspector Dizon.

"Banjo. Kayo ba ang nagnakaw sa bahay ni ex-kagawad Benjie?" tanong ni Inspector Dizon habang nakatitig sa nanlalambot na si Banjo.

"Oo, boss. Kami nga," ungol ni Banjo. Ramdam ko ang panghihina niya dahil nakayuko pa rin si Banjo sa pagsagot.

"Sino ang nag-utos sa inyo?" si Inspector Dizon uli.

"Si Dominic, boss. Inutusan niya kaming nakawan si kagawad Benjie," si Banjo uli. Lalong humina ang kanyang boses.

"Bakit? May galit ba si Dominic kay kagawad Benjie?"

"Hindi ko alam, boss. Basta inutusan lang kami."

"Nasaan ang pera na ninakaw n'yo?"

"Nasa club ni Dominic, boss. Nasa malaking vault."

"Anong kumbinasyon?"

"Hindi ko alam, boss. Si Dominic lang ang may alam."

"Tungkol naman sa mga menor de edad na iligal n'yong ipinasok dito, saan galing ang mga 'to?"

Bago pa sagutin ito ni Banjo tumingin ako kay Inspector Dizon para magpaalam. Sapat na ang mga narinig ko kay Banjo. Bago ako umalis, napatingin ako kay Banjo at inisip na sana ay ituloy na lang niya ang pakikipagtulungan kay Inspector Dizon ng hindi na siya masaktan.

Alam ko na kung nasaan ang perang ninakaw ni Dominic kay Tatay Benjie. Alam ko na rin kung paano ito makukuha. Tutulungan ako ni Maia!

Habang papunta sa apartment ni Maia, pinagkonek-konek ko ang maaaring nangyari base sa mga newspaper clippings ni Mang Greg at sa pagtatapat na ginawa ni Mang Luis.

Kung tama ang aking hinala, ni-rape at pinatay ni Dominic ang kapatid ni Maia. Ginamit ni Mang Greg ang posisyon niya sa National Media para mailantad sa publiko ang ginawa ni Dominic at para makakuha ng hustisya sa pagkamatay ng kanyang anak. Gumanti si Dominic kay Mang Greg. Dinukot ni Dominic si Mang Greg at pinutulan ng dila para hindi na magsalita laban sa kanya. Posibleng tinakot siya ni Dominic o sinira ang reputasyon bilang journalist hanggang malugmok sa hirap si Mang Greg na halos isuka na ng lipunan. At kung ako si Maia na may kapatid na ni-rape at pinatay at may amang nawawala, anong gagawin ko? Maghihiganti ako kay Dominic. Pero maimpluwensya at makapangyarihan si Dominic. So anong gagawin ko kung ako kay Maia. Maghihintay ako ng tamang pagkakataon para patayin si Dominic o para sirain ang buhay niya. Hindi ako aalis sa tabi ni Dominic. Pag-aaralan ko ang kahinaan niya at babantayan ang lahat ng kanyang kilos at galaw. At kung tatanungin ko ngayon si Maia kung alam niya ang kumbinasyon ng vault sigurado akong sasabihin niya. Tutulong siya dahil kukunbinsihin ko siyang ngayon ang tamang oras para gumanti kay Dominic.

Tanghali na nang marating ko ang apartment ni Maia. Ipinarada ko ang tricycle sa tapat ng bahay ni Aling Caring. Ayokong malaman ni Dominic na nasa loob ako ng apartment ni Maia. Kumatok ako agad. Nagmamadali ang pagkatok ko sa pintuan. Bumukas bahagya ito. Nakita ko si Maia nakasilip sa awang ng pintuan.

"Ben?" gulat niyang sambit. "Umalis ka na! Hindi ka dapat pumunta dito," galit niyang sambit. Isasara niya sana ang pintuan pero nakaharang na ang paa ko dito.

"Alam ko na ang lahat, Maia!" pagtatapat ko. "Ni-rape ni Dominic ang kapatid mo. Nawawala ang tatay mo. Si Greg Walangsala! Papasukin mo ko, Maia," giit ko. Natigilan siya at saglit tumitig sa akin. Pagkatapos ay galit na nagsalita.

"Sa palagay mo, Ben, may diperensya pa kung alam mo ang mga ito o hindi? Alam nga ng buong lugar na ito ang nangyari, Ben. May ginawa ba sila? Tinulungan ba kami ng batas? Tinulungan ba kami ng media? Pinaniwalaan ba nila ang tatay ko? Umalis ka na, Ben! Katulad ka rin nila!

Wala ka ring magagawa! Hindi ko kailangan ang tulong mo!" galit na sigaw ni Maia habang itinutulak ang pintuan sa mukha ko. Hindi ko inalis ang tingin ko sa kanya.

"Maia, makinig ka. Ako ang nangangailangan ng tulong mo. Please. Pakinggan mo muna ako," mahinahong kong pakiusap. Inilabas ko ang telepono ko at ipinakita sa kanya ang larawan ni Kate na nakangiti habang nakaupo sa wheelchair. "Siya si Kate, Maia. May kapatid din ako. At kailangan ko siyang tulungan. Ninakaw ni Dominic ang perang dapat sana ay gagamitin sa pagpapa opera ni Kate. Kailangan ko ang tulong mo para mabawi ito," paliwanag ko. Itinigil ni Maia ang pagtulak sa pintuan habang nakatitig sa larawan ni Kate. Nakita kong nabasa ng luha ang kanyang mata. Binuksan niya ang pintuan. Pinapasok niya ako sa salas at pinaupo.

Naupo si Maia sa tapat ko. Nagpunas siya ng luha bago nagsalita.

"Kamukhang-kamukha ni Kate si Ana."

"Si Ana ang kapatid mo?"

"Oo, Ben."

"Si Ana ang pinatay at ni-rape ni Dominic tama ba?"

"Parang ganun na nga," sagot ni Maia na parang nag-aalinlangan.

"Anong ibig mong sabihin parang ganun na nga, Maia?" usisa ko.

"Look, Ben. Hindi ko alam kung paano ko sa 'yo sasabihin ang lahat," tuluyan ng tinuyo ni Maia ang kanyang luha. Tumitig lang ako sa kanya. Tumitig din siya sa akin. Bigla siyang lumapit sa akin at ako ay hinalikan.

Madiin. Matagal. Hanggang sa parehong hindi na kami makahinga. Bumitiw ang kanyang mga labi. Gustong kong habulin 'yon pero umupo na siya sa tapat ko. "Mahal kita, Ben. Gusto kita," patuloy niya.

"Mahal din kita, Maia. Hindi na magbabago kung anong nararamdaman ko sa 'yo." Tumitig ng matagal sa akin si Maia bago siya nagsalita uli.

"Buhay si Ana, Ben."

"Ha?" ang mahinang tinig na lumabas sa aking bibig. "Paano?" pagtataka ko. Huminga ng malalim si Maia.

"Sumama si Ana sa isang school excursion noon at isa sa mga lugar na binisita nila ay ang Bahay-Ampunan Foundation. Doon siya nawala, Ben. Pagkatapos ng ilang araw na paghahanap sa kanya. Natagpuan siyang walang buhay sa gitna ng gubat pagtawid sa itim na ilog. Investigative journalist ang tatay ko at sa kanyang pagtatanong nalaman niyang si Dominic ang humalay at pumatay kay Ana. Binalak niyang gamitin ang media pero may mga nasa kapangyarihan at mga nasa pwesto ang pumigil sa kanya hanggang sa mawala na lang siya bigla. Hindi ko na inaasahang buhay pa ang tatay ko Ben. Alam kong pinatay na rin siya ni Dominic. Pero si Ana....si Ana....Biglang umakyat sa second floor si Maia. Sinundan ko siya. Binuksan niya ang malaking cabinet sa loob ng kwarto niya. Ito ang mabigat na cabinet na sinasabi ni Jake. Pero hindi ito naglalaman ng pera ni Dominic. Naglalaman ito ng isang nakatayong...casket...isang ataol!

"Buhay siya, Ben!"

Inilapit ko ang aking tainga sa casket para pakinggan kung anong nasa loob nito. Galit na umungol si Ana. Narinig ko ang pagkalmot ng kanyang mga kuko sa casket. Napa-urong ako sa gulat. Napatingin ako kay Maia. Nagpatuloy siya.

"Pagkatapos kong ma-identify ang bangkay ni Ana sa morgue, umuwi siya sa bahay namin pagsapit ng gabi. Tulala. Wala sa sarili. Hindi na siya ang dating Ana na kilala ko, Ben. Unti-unti siyang nagbago hanggang sa lumalala ang kanyang kundisyon. May nangyari sa kanya sa loob ng gubat na iyon, Ben. Ginawa siyang halimaw ng gubat na 'yon. Noong una, itinatali ko siya dahil naging mabangis siya pero paglipas ng mga araw na kasama ko siya, nalaman kong may natitira pang alaala sa isip niya. Kilala pa niya ako, Ben. Pagkatapos, nagsimula uli siyang magsalita. Hanggang sa kinakausap na niya ako. Nang maalala na niya ang lahat. Kinumbinsi niya akong maghiganti kay Dominic."

"So bakit natatakot ka pa kay Dominic? Dapat si Dominic ang matakot kay Ana," pagtataka ko.

"Nang magawa naming makalapit kay Dominic. Binalak namin ni Ana na isagawa ang aming paghihiganti. Pero nagkamali kami. May kapangyarihan ang medallion na suot ni Dominic, Ben. Kapag lalapit si Ana kay Dominic, nanghihina siya, Ben. Nasusunog siya. Hanggang sa kami na ang na-kuntrol ni Dominic. Ginagamit niya si Ana para pumatay. At bawat dugo at buhay na kinukuha ni Ana, lalo nitong pinapalakas ang kapangyarihan ng medallion," pagtatapos ni Maia. Lalong lumakas ang ungol ni Ana sa loob ng casket.

"So si Ana pala ang pumatay sa mga customer mo, Maia, sa utos ni Dominic."

"Tama ka, Ben."

"Kailangan makaisip tayo ng paraan para matanggal ang medallion sa leeg ni Dominic, Maia." Inilabas ko ang newspaper clipping ni Mang Greg at itinuro ko ang larawan kung saan nakaupo si Dominic sa wheelchair. "Dating lumpo si Dominic at ang medallion ang nagpapalakas sa kanya. Kung matatanggal natin ang medallion sa leeg niya babalik siya sa pagiging lumpo. Hindi na rin niya makukuntrol si Ana," paliwanag ko.

"Naisip ko na 'yan noong una, Ben. Pero laging maraming bodyguard sa paligid niya si Dominic. Hindi tayo basta basta makakalapit sa kanya ng ganun kadali."

"Kailangang ma-distract natin si Dominic, Maia. At alam ko kung ano ang makakadistract sa kanyang mga mata. Kailangan nating kunin ang perang ninakaw niya kay Tatay Benjie, Maia."

"Tatay Benjie?" pagtataka ni Maia.

"Ang tatay ni Kate at tatay ko rin."

"Okay. Kilala ko si Dominic, hindi siya papayag na may makuha sa kanya kahit gaano pa ito kaliit na halaga. So tatawagan mo siya para bawiin niya sa 'yo ang pera. Tama ba?"

"Tama. Maia. Nasa akin ang alas niya kaya ako ang magsasabi kung saan kami magkikita. Matagal ng wanted ni Inspector Dizon si Dominic. Sasabihin ko kay Inspector Dizon ang pagkikita namin ni Dominic kung saan at anong oras. Magse-setup ng raid si Inspector Dizon. Kapag nasunod ang lahat sa plano, Maia, kapag nakita ni Dominic na nasetup siya, gagamitin niya si Ana. Habang nakatutok ang isip ni Dominic sa pera at sa grupo ni Inspector Dizon, nasa tabi ka lang ni Dominic, Maia, naghihintay ng pagkakataon para makuha ang medallion sa leeg niya," paliwanag ko.

"Maganda ang plano mo, Ben. Tutulungan kitang makuha ang pera sa vault ni Dominic. Isang malaking vault lang sa club ang pinaglalagyan ng pera ni Dominic, Ben. At alam ko kung saan niya tinatago ang kumbinasyon nito. May bantay ngayon sa club pero pinapaalis ko sila kapag merong pest control. Meron tayong thirty minutes para mabuksan ang vault, makuha ang pera, at makaalis sa lugar. Sa tingin ko, Ben, kailangan na nating pumunta doon ngayon sa club bago magbukas ito mamayang gabi."

"Tama. Maia. Pupunta na tayo ngayon din!"

CHAPTER 19

HAZMAT SUIT. Ngayon lang ako magsusuot ng hazmat suit.

"Hazmat suit?" gulat na sambit ko. Nakangiti lang sa akin si Maia habang nakatayo kami sa harap ng nakabukas na closet sa silid niya. "Kailangan kong magsuot ng hazmat suit?" ulit ko.

"Oo, Ben," sagot ni Maia. "Kailangang mong magsuot nito. Di ba nga sabi ko kailangang palabasin ko na may pest control para lumabas ang mga nagbabantay sa loob ng club," paliwanag niya.

"Pero mainit sa loob nito, Maia. Hindi ako makakakilos ng mabilis nito kapag kailangan na natin tumakas," giit ko. Nakangiti pa rin si Maia habang hawak ang hazmat suit. Ayaw ko pa itong abutin mula sa kamay niya. Nagdadalawang-isip pa ako.

"Okay lang, Ben. Kapag nasa loob na tayo pwede na nating hubarin 'to. Kapag nakuha na natin ang pera, tatakas tayo sa backdoor ng club," nakangiting paliwanag ni Maia. Nagtaka ako sa sinabi niya.

"Tayo? Sasama ka sa akin?" pagtataka ko.

"Oo, Ben."

"Pero makikita ka ng mga tauhan ni Dominic. Kapag nalaman ni Dominic na kasama kita na kumuha ng pera hindi ka na makakalapit sa kanya para kunin ang medallion sa leeg niya," paliwanag ko.

"Hindi, Ben. Hindi ako magpapakita sa kanila. Magsusuot din ako ng hazmat suit," sagot ni Maia. Hindi ko nakita ang kaba sa mukha niya.

"Ha? Sigurado ka?" tanong ko.

"Sigurado ako, Ben. Minsan ko ng ginawa ito. Minsan ko ng pinasok ang opisina ni Dominic. Hinalughog ko lahat ng sulok nito. Kaya alam ko kung saan niya tinatago ang kumbinasyon ng vault. Wala ng maitatago sa akin si Dominic, Ben," paliwanag ni Maia.

"Paano mo ginawa?" usisa ko pagkakuha ko ng hazmat suit sa kamay niya. Naupo siya sa gilid ng kanyang kama bago nagpatuloy magsalita.

"Dinadala ko ang hazmat na 'yan sa tuwing alam kong may pest control. Habang pinapausukan nila ang buong club at ini-sprayan ng gamot, walang nakaka-alam na nasa loob na ako ng opisina ni Dominic," paglalahad ni Maia.

"Kahit ang mga taga pest control hindi nila alam na nadagdagan na sila ng kasama?" pagtataka ko.

"Oo. Ben. Nakakatawa nga pag iniisip ko. Hindi nila alam na sobra na sila ng isa. Minsan nga naiwan nila ang isang backpack ng pampausok nila. So ayun kinuha ko," nakangiting sagot ni Maia. Itinuro niya ang stainless na backpack sa loob ng closet niya.

"Pero hindi ba may camera sa loob at labas ng club at naka-record ito, Maia?"

"Oo, Ben. Meron isang camera sa labas, sa tabi ng front door. Dito nakikita ni Dominic kung sino ang mga pumapasok sa club. Merong apat na camera sa floor at merong isa sa opisina niya," sagot ni Maia.

"Paano ka hindi nakikita ng camera, Maia?" usisa ko uli.

"Simple lang, Ben. Kapag napuno na ng usok ang floor ng club at opisina ni Dominic, matatakpan na nito ang mga camera lalo na ang camera sa opisina ni Dominic. 'Yun ang oras na ididikit ko itong puting paper sticker sa mata ng camera para magmukhang usok. Hihintayin ko ang sampung minuto bago mawala ang usok," paliwanag ni Maia.

"Ito ba ang paper sticker na gagamitin natin?" Itinuro ko ang puting rolyo nito sa ibabaw ng kama niya.

"Oo, Ben," sagot ni Maia. Napahanga ako sa tapang ni Maia.

"Ang galing mo pala, Maia. Pwede ka ng spy sa pelikula," natatawa kong sagot.

"Oo nga, Ben. Siguro talagang ganon," sambit ni Maia. Biglang nawala ang ngiti sa mukha niya. Pinagtaka ko ito. Nawala rin ang ngiti sa aking labi.

"Anong ibig mong sabihin talagang ganon, Maia?" usisa ko.

"Kapag para sa mga mahal mo sa buhay, handa ka dapat gawin lahat para sa kanila," malungkot niyang sambit. Naalala ko si Mang Greg. Naalala ko ang tatay ni Maia. Naisip kong banggitin na ito sa kanya. Binitawan ko ang hazmat suit. Nalaglag ito sa sahig.

"Maia, may sasabihin sana ako sa 'yo. Dapat nga sinabi ko na ito kanina pa," pagsisimula ko.

"Ano 'yun, Ben?" kunot noong sambit niya. Nakatingin na siya sa akin.

"Ang tatay mo. Si Mang Greg. Matagal na siyang nakatira dito sa aming lugar," patuloy ko.

"Ha?" gulat na sambit ni Maia. "Buhay siya, Ben?" may excitement sa boses ni Maia.

"Buhay siya, Maia. I mean...bago mangyari ang patayan...buhay pa si Mang Greg. Saksi ako sa....sa mahirap na pamumuhay niya dito. Saksi ako sa pahirap na ginawa sa kanya ni Dominic. Saksi din ako sa pagnanasa niyang makakuha ng hustisya para kay Ana...hanggang sa huling sandali," napatigil ako nang maisip ko ang mukha ni Mang Greg.

"Paano mo nasiguro na tatay ko ang tinutukoy mo, Ben?" usisa ni Maia. Hindi pa rin siya makapaniwala.

"Si Mang Greg ang suspect ni Inspector Dizon sa pagpatay sa mga VIP customer mo, Maia. Siya rin ang pinaghinalaan namin ni Jake. Noong nagkaroon na ko ng lakas ng loob na subaybayan si Mang Greg hindi ko na siya makita. Nawala si Mang Greg. Hanggang sa mag-desisyon akong pasukin na ang bahay niya. Nakita ko ang mga ito sa loob ng bahay niya, Maia," paliwanag ko. Inilabas ko sa aking bulsa ang mga newspaper clippings ni Mang Greg at ang kanyang ID. Kinuha ito ni Maia. Malungkot siyang tumitig sa nakangiting mukha ni Mang Greg. Hinaplos ito ng isa niyang daliri na parang dinadama ang pisngi doon sa larawan. Nakita kong nababasa na naman ng luha ang mga mata ni Maia. At tuluyan na itong tumulo ng baliktarin niya ang ID at makita ang masayang larawan nilang tatlo ni Mang Greg at ni Ana.

Biglang umungol si Ana sa loob ng ataol. Yumugyog ang ataol at akala ko ay mabubuksan na. Ngunit tumigil uli ang pag-ungol ni Ana.

"Naririnig niya tayo Ben," sambit ni Maia habang nakatingin sa nakabukas na cabinet na pinaglalagyan ng casket ni Ana. Napatingin din ako doon.

"Naalala rin ni Ana si Mang Greg?" pagtataka ko.

"Oo. Ben. Bumalik na lahat sa isip ni Ana," sagot ni Maia.

"Maia," tawag ko. Tumitig ako kay Maia pagharap niya sa akin.

"Ano 'yun, Ben?"

"Kapag inilabas ba natin ngayon si Ana mula sa kanyang casket, kakainin ba niya ako?" tanong ko.

"Hindi siya pwedeng lumabas ngayon, Ben. Nasusunog si Ana sa liwanag ng araw o kaya ng bumbilya. Pero kong madilim at nakita ka niya, hindi ka niya kakainin," paliwanag ni Maia.

"Sigurado ka, Maia. Hindi ako kakainin ni Ana?" pagtataka ko. Bigla kong narinig ang malakas na ungol ni Ana. Kumalabog sa loob ng casket. Lumapit ako kay Maia. Napangiti ng bahagya si Maia.

"Sigurado ako, Ben. Hangga't hindi niya nalalasahan ang dugo o laman ng tao, nakukontrol pa ni Ana ang sarili niya. Sinanay ko siyang uminom ng dugo ng manok at kumain ng hilaw na laman nito. Pero...."

"Pero ano?" tanong ko.

"Pero kumuha si Dominic ng itim na dugo ni Ana. At ginagamit ni Dominic 'yon para sundin ni Ana ang lahat ng iutos niya."

"Paano, Maia?" usisa ko.

"Kapag may gustong ipagawa si Dominic kay Ana. Pupunta si Dominic dito kasama ako at mga tauhan niya tapos pabubuksan niya sa akin ang casket ni Ana habang nakatutok sa leeg ko ang syringe na may itim na dugo ni Ana. Alam ni Ana na kapag nahaluan ako ng dugo niya, magiging katulad niya ako. Ayaw ni Ana na maging katulad niya ako kaya sinusunod niya ang lahat ng utos ni Dominic. Kapag nasimulan na ni Ana ang pagsipsip ng dugo sa isang biktima hindi na niya makuntrol ang kanyang sarili hangga't hindi napupunan ang kanyang pagnanasa," sagot ni Maia. Napaisip ako. Naalala ko ang itsura ng mga biktima ni Ana.

"Kaya pala ganun kalala ang sinapit ng mga pinapatay ni Dominic. Pero bakit kailangan niyang ipapatay ang mga ito?" pagtataka ko.

"Kung titingnan mo ang personal records ng mga biktima, Ben, lahat sila ay galing sa Bahay-Ampunan Foundation noong nag-ooperate pa ito. May suspetsa ako Ben na ang mga biktima ay ang mga batang nam-bully kay Dominic noong nasa bahay-ampunan pa siya at ngayon ay naghihiganti siya. Isa pa, humihina ang lakas ng medallion niya kapag naputol ang orasyon. Kasama sa orasyon niya ay ang dugong iniinom ni Ana sa mga biktima," paliwanag uli ni Maia.

"Hindi lang pala kriminal si Dominic, anak pa siya ng kadiliman!" bigla kong naibulalas. Biglang galit na umungol si Ana sa loob ng kanyang casket. Galit na galit din si Ana kay Dominic.

"Ben," tawag ni Maia sa akin. Nakatingin siya sa kanyang orasan. "Dalawang oras na lang magbubukas na ang The Club. Kailangan na nating umalis. Sinabihan ko na si Gado, isa sa tauhan ni Dominic, na may darating na pest control ngayon," paalala ni Maia. Tumayo siya at pinulot ang dalawang set ng hazmat suit at inilagay sa itim na bag. Inilagay niya rin dito ang lahat ng aming gagamitin para pasukin ang opisina ni Dominic. Isinukbit ko naman ang parang stainless na kahon ng pampa-usok sa aking likuran. Bumaba kami mula sa second floor. Pagdating namin sa harap ng pintuan ng apartment ni Maia, bago kami lumabas, bago niya buksan ang pintuan, tumigil si Maia sa tabi ko. Napatingin ako sa kanya.

"Ben, pagkatapos ba nito makikita ko kahit sa huling sandali ang tatay ko?" malungkot niyang tanong. Tumitig ako kay Maia.

"Oo, Maia. Pagkatapos ng lahat ng ito pupuntahan natin si Mang Greg. Pangako," sagot ko.

Sinapo ng kamay ni Maia ang aking leeg at ako ay bigla niyang hinalikan ng mariin. Naramdaman ko ang init ng kanyang mga labi at ang paglalaro ng kanyang dila sa loob ng aking bibig. Para siyang nauuhaw, naghahanap ng tubig sa isang malalim na balon. Ginantihan ko siya hanggang sa hindi na naman kami makahinga.

"I love you, Ben!" bulalas niya pagbitaw sa aking mga labi.

Binuksan ko ang pintuan ng apartment ni Maia para lumabas at doon ay nakita ko sa kabilang side ng kalsada, sa aking tricycle, si Aling Caring, komportableng nakasakay. Tumingin siya sa akin. Nagtama ang aming paningin.

"Oy, Ben! Nandyan ka lang pala! Kanina pa ako naghihintay dito, ah. Tara na alis na tayo!" sigaw ni Aling Caring.

IPINARADA ko ang tricycle ko sa isang liblib na damuhan malapit sa The Club. Hindi dapat ito makita ng mga tauhan ni Dominic. Dito kami babalik ni Maia pagtakas namin sa backdoor. Nagpalit na kami ng kulay yellow na hazmat suit at nag saklob na rin kami ng protective mask kaya mata na lang namin ang kita. Nilakad namin ang natitirang distansya para marating ang parking space ng The Club. Naramdaman ko ang bigat ng stainless na backpack na pampa-usok sa aking likuran.

"Hindi mo naman sinabi na may ihahatid ka pa pala, Ben," sambit ni Maia. Tinutukoy si Aling Caring na inihatid muna namin sa market. Lumagong ang boses niya dahil sa full mask na suot niya.

"Hindi ko alam, Maia, na magpapahatid siya. Sinabihan ko na si Aling Caring na hindi ko na siya maihahatid pero nagpumilit pa rin. Alam mo naman ang matatanda," paliwanag ko. Lumagong din na parang punga ang boses ko dahil sa full mask na nakasaklob sa mukha ko.

"Oo, Ben. Ganyan talaga pag may edad na medyo may kakulitan na," dugsong ni Maia. Saglit tumigil siya sa paglakad at tumingin sa akin. Tumigil din ako at tumingin sa kanya. "Hindi ko man lang nakasama ang tatay ko sa kanyang pagtanda, Ben," malungkot na sambit ni Maia. Hinawakan ko ang kamay niya pero may gloves ito. Pinisil niya ang kamay ko pagkatapos ay nagpatuloy sa paglakad.

Nakatanaw sa amin si Gado. Sinabi sa akin ni Maia ang pangalan nito nang matanaw niya pagkatapos naming marating ang parking space ng The Club.

Nakatayo sa front ng club si Gado. Nakatitig sa amin habang nilalakad namin ang gitna ng parking space. Bitbit niya ang isang assault rifle. Tingin siguro ni Gado sa amin ay mga astronaut na naligaw sa gubat. Hinarang niya kami paglapit namin sa front door.

"Kayo lang? Nasaan ang service van n'yo?" pagtataka ni Gado. Inasinta niyang mabuti ang mukha namin sa likod ng hazmat. Umiwas kami ni Maia sa posibleng eye contact. Para kaming dalawang turistang tinitingnan ang bawat bagay sa paligid. Gusto namin lampasan si Gado at lumapit pa sa pintuan pero nanatiling nakaharang ang malaki at malapad niyang katawan.

"Malapit na kami dito nang masiraan ang service van namin sa daan," sagot ko. Kumunot ang noo ni Gado.

"Susunod ang van kapag naggawa na ng mga kasama namin. Pinauna kami dito ng aming visor para simulan ang pest control. Ayaw niya ng nasasayang ang oras," dagdag ko.

Ako lang ang sumagot. Kilala ni Gado ang boses ni Maia. Pinagmasdan ko ang mukha ni Gado. Hindi siya naniniwala.

"Pwede mong icheck kung gusto mo. Five hundred meters lang naman ang layo ng service van mula dito. Pwede ka rin tumulong sa kanila sa pagpapalit ng gulong," diin ko. Nagbuntong-hininga si Gado pagkatapos ay umiling.

"O sige, sige. Taas ang kamay!" galit niyang sambit. Nagulat ako sa sinabi ni Gado. Hindi agad ako nakasunod. "Taas ang kamay sabi. Kailangan ko kayong kapkapan!" paliwanag niya. Nakahinga ako ng maluwag. Una niya akong kinapkapan. Pagkatapos ay si Maia.

"Babae ka?" pagtataka niya. Hindi sumagot si Maia.

"May problema ka boss sa babae?" sabat ko. Iniharang ko ang katawan ko sa gitna ni Maia at Gado para hindi na niya makilatis si Maia. Distraction creates illusion. Naisip ko. Umiwas ng tingin si Gado.

"Wala akong problema sa babae," sagot ni Gado na parang nahihiya. Iniwas niya ang tingin sa akin. "Sa palagay ko lang mas mabilis magtrabaho ang lalaki kaysa babae," giit niya.

"Sabihin mo sa visor namin 'yan," sagot ko. Galit na tumalikod si Gado sa amin at binuksan ang pintuan ng club. Nasilip ko roon ang tatlong pa niyang kasamahan.

"Hoy! Kayong tatlo! Labas muna kayo diyan. May pest control," sigaw niya sa mga ito. Nakahinga uli ako ng maluwag nang marinig ito. Maya-maya ay naglabasan na ang tatlo pang tauhan ni Dominic. Katulad ni Gado, halos pumutok na ang mga damit nila dahil sa laki ng kanilang katawan. Tumango sa amin si Gado. Pumasok kami ni Maia sa loob ng The Club.

Nang isara ni Gado ang pintuan sa likuran namin, agad itong ini-lock ni Maia. Sinimulan ko namang punuin ng usok ang floor ng club. Dinikitan naman ni Maia ang mga camera dito ng puting sticker paper. Pinuno ko naman ng usok ang opisina ni Dominic. Nang mapuno ito ganun din ang ginawa ni Maia sa camera nito. Hinubad namin ang hazmat suit maliban ang full face mask namin habang naghihintay na mawala ang usok. Hinarangan ko ng ilang mabibigat na lamesa ang front door para hindi ito muling mabuksan ni Gado. Hinanap ni Maia ang kumbinasyon ng vault ni Dominic nang mawala na ang makapal na usok. Habang nakatayo sa harap ng malaking vault, may iniabot sa akin si Maia na isang papel. Binasa ko ito.

321546

Nakita kong umupo si Maia sa harap ng office table ni Dominic para tingnan ang monitor ng camera sa labas ng club. Lumingon din ako dito. Nakita kong nagpapalakad-lakad si Gado hawak ang assault rifle, patingin-tingin ito sa kanyang relo na parang naiinip sa labas ng pintuan.

"Kailangan buksan mo na ang vault, Ben, bago pa mainip si Gado at makaisip na pumasok dito," paalala ni Maia.

"Tama," sabi ko. Bumalik ako sa harap ng vault at pinindot sa keypad ang anim na numerong nakalagay sa papel. Nakarinig ako ng tunog nang bumukas ang bakal na pinto ng vault. Napansin kong nakaangat na ito. Napatingin dito si Maia. Napatingin din ako sa kanya.

"Buksan mo na, Ben," sambit niya.

Nang buksan ko ito ay halos mapaluhod ako sa pagkalumo nang makita kong may isa pang bakal na pintuan ang vault at ang second lock nito ay isang manual dial knob.

"S**t! Maia. Hindi mo sinabi na dalawa pala ang lock nito!" galit kong sambit.

"Ben, hindi ko alam!" sagot ni Maia. Nakita ko ang pag-aalala sa kanyang mukha. Muli siyang tumingin sa monitor sa kanyang harapan. Tumingin din ako dito at nakita kong may kausap si Gado sa telepono.

"May kausap si Gado sa telepono, Maia. Sino ang kausap niya, Maia? Sino! Nahalata na ba niya tayo?" galit kong tanong. Umugong ang malagong na boses ko sa loob ng silid sa lakas nito. Naisip ko na baka si Dominic ang kausap ni Gado at alam na niya ang balak namin ni Maia.

"Hindi ko alam, Ben! Hindi ko alam! Wag mo akong sigawan!" sagot ni Maia. May tensyon na rin sa mukha niya. Sumisigaw na rin siya. Naramdaman kong kinakabahan na rin siya. Natatakot na rin si Maia. Hindi namin napaghandaan ang pangalawang lock ng vault. Walang Plan B sa ginawa naming plano. Nakaramdam ako ng panghihina. Parang umiikot ang paningin ko.

"Ben! Anong gagawin natin?" tanong ni Maia. Nakatingin uli siya sa monitor at doon ay nakita namin na pilit ng binubuksan ni Gado ang front door ng club. Sinilip ko ang mga lamesang iniharang ko dito. Hindi na magtatagal at bibigay na rin ang mga ito dahil sa lakas ng pagsipa ni Gado.

"Ben! Anong gagawin natin?" ulit ni Maia ngunit ngayon ay mas mahina na ang boses niya. Parang ang layo ko sa kanya. Lalo akong nahihilo. Nanlalambot ako. Hindi ako makapag-isip. Bakit hindi namin naisip na may pangalawang lock ang vault na ito? Bakit hindi alam ni Maia? Bakit hindi niya sinabi? Bakit walang Plan B sa plano ko?

Napuno ng kaba at alinlangan ang utak ko. Naisip ko kung ano ang pinaka-worst na scenario ang kahihinatnan nito.

Na-imagine kong nakapasok na si Dominic sa loob ng kanyang opisina. Sinaksaktan na niya si Maia. Ako naman ay binubugbog ni Gado. Sumisigaw ako pero hindi ko marinig ang boses ko. Gusto kong iligtas si Maia pero hindi ako makalapit sa kanya. May pumipigil sa akin.

Papalayo ako ng papalayo sa kanya. Hinihila ako ni Gado sa dilim. Sinikmuraan ako ni Gado. Nanlalambot ang katawan at nahihilo, bumagsak ako sa sahig. Nakita kong bumagsak din si Maia sa sahig. Sabay kaming bumagsak. Parehong duguan ang katawan namin.

Hinawakan ko ang dugo sa aking katawan. Ang dugo ay nahaluan ng putik. Tumayo ako at nagbago ang aking paligid.....

Nakita ko ang itim na ilog. Nasa tabi ako ng itim na ilog. At sa tabi ng ilog nakita ko si Samuel. Hindi siya nakatingin sa akin. Nakatungo siya at parang may itinuturo sa kanyang paanan. Napaluhod ako at sa isang kisapmata ay nagbago uli ang aking paligid....

Nakatuon na ang mga kamay ko sa carpet ng opisina ni Dominic. Nakita ko ang nakalubog na bahagi nito. May butas sa ilalim ng carpet! May lihim na butas sa ilalim nito!

"Ben! Anong gagawin natin?" muling sigaw ni Maia. Nang tumingin ako sa kanya ay nakita ko sa monitor ng CCTV na hindi lang si Gado ang sumisipa sa pintuan kundi pati na rin si Dominic. Dumating na si Dominic sa club at alam niyang may gustong kumuha ng kanyang pera!

Nanlaki ang mata naming dalawa ni Maia nang makita naming ikinasa ni Gado ang hawak na assault rifle niya at pinaputukan ang pintuan. Napahawak sa kanyang tainga si Maia ng umugong ang malakas na putok ng mga baril sa loob ng club. Nilingon ko ang pintuan at nakita ko ang paglipad ng mga durog na kahoy dito. Mabubuksan na nila ang pintuan!

"Maia, sabay nating itulak ang lamesa!" utos ko.

Itinaas ko ang makapal na carpet sa sahig nang maitulak namin ang malapad na lamesa. Napangiti ako nang makita ko ang sikretong lalagyan ni Dominic. Inangat ko ang tablang nakaharang dito at doon ay nagkatinginan kami ni Maia nang makita namin ang dalawang itim na bag ng pera. Ito ang perang ninakaw ni Dominic kay Tatay Benjie. Tig-isa naming binitbit ni Maia ang dalawang itim na bag at mabilis na lumabas sa opisina ni Dominic. Napayuko kami ng paputukan muli ni Dominic at ng kanyang mga tauhan ang pintuan.

"Ben, dito tayo sa kanan!" narinig kong sambit ni Maia habang nakasunod sa kanya. Nakita kong may binuksan siyang pintuan at nalaman kong ito ang backdoor at nasa labas na kami ng club.

Mabilis namin tinakbo ang masukal na gubat hanggang makabalik kami sa tricycle na itinago ko sa likod ng matataas na damo. Humihingal kami nang tumigil kami dito.

"Maia, wala na tayong oras magpahinga. Sakay na! Bilis!" sambit ko habang ini-start ang makina ng tricycle ko. "Kailangan natin makalayo dito," dagdag ko.

"Ben, saan tayo pupunta?" humihingal na tanong ni Maia pagsakay sa aking tabi.

"Pupunta tayo kay Tatay Benjie!" sagot ko.

CHAPTER 20

"BEN!" sigaw ni Tatay Benjie nang makita kami sa harap ng gate ng kanyang bahay. Malalim na ang gabi nang makarating kami ni Maia. Walang tao sa paligid at halos lahat ng ilaw sa kapitbahay ay patay na.

Nakita ko ang pagtataka sa mukha ni Tatay Benjie habang binubuksan ito. Nahalata niya ang pagmamadali namin ni Maia kaya't mabilis niya rin kaming pinapasok sa bahay.

"Kuya Ben!" malakas na sigaw ni Kate pagpasok ko sa salas. Gamit ang control sa armrest, pinagulong niya ang wheelchair papalapit sa akin. Binitiwan ko ang bitbit na bag ng pera. Bumagsak ito sa sahig. Sinalubong ko siya at kami ay nagyakap.

"Namiss kita, Kuya Ben!" sambit ni Kate.

"Ikaw rin naman, Kate," sagot ko. Bumitaw ako sa pagkakayakap kay Kate.

"Kuya Ben, sino siya?" tanong ni Kate nang makita si Maia.

"Siya si Maia, Kate. Siya ang tumulong sa akin para mabawi kina Dominic ang perang ninakaw nila," sagot ko. "Maia, si Kate. Kate si Maia," pagpapakilala ko sa kanilang dalawa. Nakangiting lumapit si Maia sa harap ni Kate. Lumuhod siya at yumakap kay Kate. Mahigpit siyang niyakap ni Kate.

"Ikaw pala si Kate. I'm glad to meet you, Kate," sambit ni Maia habang nakayakap kay Kate.

"Ikaw ba ang magiging ate ko?" tanong ni Kate nang kumawala si Maia sa kanyang pagyakap.

"Ah eh...." napatingin sa akin si Maia. Nagulat siya sa pagiging pranka ni Kate.

"Oo, Kate," ang sabay naming sagot kay Kate.

"Yeheyyyy!" natutuwang sigaw ni Kate habang pumapalakpak. "Magkaka ate na ako!" giit ni Kate. Tumingin si Kate sa akin.

"Salamat, Kuya Ben. Hindi mo lang tinupad ang pangako mong bawiin ang pera para sa operasyon ko, binigyan mo rin ako ng bagong magiging ate," dagdag ni Kate. Hindi matapos ang kanyang pagngiti.

"Ikaw talaga, Kate," sambit ko habang ginugulo ko ang buhok niya sa ulo. Tumingin si Kate kay Maia.

"Ate, Maia, gusto mong makita ang mga drawing ko?" tanong ni Kate. Tumingin sa akin si Maia. Tumango ako. Humarap uli si Maia kay Kate.

"Oo naman. Nasan ba?" sagot ni Maia. Nakita kong sinamahan ni Kate si Maia sa may sofa at ipinakita ni Kate ang drawing book na may mga drawing niya. Habang nakatingin sa kanila, naramdaman ko ang paglapit ni Tatay Benjie sa tabi ko. Nakita ko ang pag-aalala sa mukha niya.

"Binawi mo ang pera kay Banjo at kay Dominic?" bulong niya sa tabi ko. Napatingin ako sa kanya. Nagulat ako. Hindi ko alam na kilala niya ang may kagagawan ng pagnanakaw sa bahay niya.

"Alam mong si Banjo at Dominic ang nagnakaw ng pera mo? Kilala mo sila?" pagtataka ko. Napayuko si Tatay Benjie.

"Hindi ko alam kung dapat akong ma-guilty, Ben. Itinaya mo ang buhay mo para mabawi ang pera para lang kay Kate. I think you deserve to know the truth," sambit ni Tatay Benjie. Nakatingin na siya sa akin. Humarap ako sa kanya. Hinintay ko ang pagtatapat na sasabihin niya.

"Kung natatandaan mo Ben lagi kong binabanggit sa 'yo na gagawin ko ang lahat para lang makalakad si Kate. Totoo 'yun, Ben. 'Yon ang ginawa ko. Matagal ko ng naririnig ang kwento ng mga matatanda dito sa ating lugar. Ang kwento tungkol sa medallion na nakapagpalakad sa isang bata. Nagtanong-tanong ako tungkol dito sa aking mga kakilala at kaibigan hanggang sa makuha ko ang contact number ni Dominic. Tinawagan ko siya at pinaunlakan niya ang imbitasyon ko na bumisita siya dito para makita si Kate. Nag-usap kami dito at nagkasundo. Magbabayad ako ng one milyon sa kanya kapalit ng paglakad ni Kate. Humingi ako ng garantiya. Ipinakita niya sa akin ang nakasabit na medallion sa leeg niya. Humingi rin siya ng garantiya. Pinakita ko naman kay Dominic ang dalawang bag na naglalaman ng kalahating milyong piso. Ilang beses siyang pumasyal dito Ben para daw sa unang bahagi ng panggamot niya kay Kate. At sa proseso ng kanyang panggagamot, hindi ko raw dapat bantayan si Kate. Pumayag ako, Ben. Pero nagkamali ako," saglit tumigil sa paglalahad si Tatay Benjie. Napakunot ang noo niya at yumuko. Napabuntong-hininga siya. "Sa pangatlong araw ng gamutan, hindi pa ito natatapos, nagmamadaling lumabas ng silid si Dominic. Sinalubong ko siya bago makalabas ng bahay. Galit na sumigaw sa akin si Dominic. Hindi raw niya magagamot si Kate. Matigas daw ang ulo ni Kate. At pagkatapos noon ay umalis. Agad kong pinuntahan si Kate sa kanyang silid. Nakita kong umiiyak siya. Niyakap niya ako paglapit ko at ipinagtapat ang gustong gawin sa kanya ni Dominic. Gusto raw siyang pagsamantalahan ni Dominic. Natakot lang daw ito dahil nagbanta siyang sisigaw," natigilan muli sa pagsasalita si Tatay Benjie. Parang natulala siya. Natulala rin ako sa sinabi niya pagkatapos ay nakaramdam ako ng matinding galit sa aking dibdib. *Hayop ka talaga, Dominic!* Nasabi ko sa aking sarili habang nakatikom ang mga kamao.

"Dahil sa paghahangad kong gumaling si Kate, muntik ko na siyang maipahamak, Ben," malungkot na sambit ni Tatay Benjie habang nakatitig sa akin. Kumalma uli ang pakiramdam ko.

"Wala kang kasalanan, Benjie," bulong ko.

"Salamat, Ben. Salamat, anak!" sambit ni Tatay Benjie habang nakaakbay sa akin. Kinabig niya ako papalapit sa kanya. Mahigpit. Nakatulala lang ako. Hindi ako makapaniwala. Tinawag niya akong anak. Tinawag ako ni Tatay Benjie na anak. Sa unang pagkakataon, kahit saglit lang, naramdaman ko kung paano magkaroon ng ama.

"Salamat din, Benjie....Tatay Benjie," ang tangi kong naibulong sa kanya. Tumingin siya sa akin.

"Oo, Ben. Tatay Benjie na ang itawag mo sa akin. Hindi na ko matatakot na malaman ng iba na anak kita dahil ipinagmamalaki kita, anak!" nakangiting sambit niya. Lalong humigpit ang akbay niya. Hiniling ko na sana wag ng matapos ang ganitong eksena.

"Kuya Ben! Kuya Ben!" malakas na sigaw ni Kate. Umugong ang maliit na boses niya sa buong sala. Sabay kaming napatingin ni Tatay Benjie kina Kate at Maia. Papalapit na sila nang mapansin ko ang hawak ni Kate na papel na may drawing niyang balerina.

"Kuya Ben, nagustahan ni Ate Maia ang drawing kong balerina," pagmamalaki ni Kate.

"O eh yun portrait mo sa akin pinakita mo ba? Pogi ako dun di ba?" pagbibiro ko.

"Sabi ni Ate Maia, mas pogi ka raw sa personal," nang-aatig na sambit ni Kate. Tumingin ako sa nakangiting mukha ni Maia at Tatay Benjie.

"Weh? Binubola mo na naman si Kuya Ben mo. Hahahaha," sagot ko at nagtawanan kaming lahat.

Habang nagtatawanan kami, nag-vibrate ang telepono ko sa bulsa. Inilabas ko ito at binuksan. May text message si Jake. At marami na pala! Binasa ko ang mga ito.

Jake: Ben...tumatawag ako sa 'yo...sagutin mo

Jake: Ben...nasan ka ba? kanina pa ako tumatawag sa 'yo

Jake: haysss Ben...bkt di mo sagutin tawag ko?...may nalaman ako kay kuya vince tungkol sa mga biktima ni Mang Greg...lahat sila VIP customer ni Maia...natatandaan mo ba un mabigat na cabinet ni Maia na binuhat namin papasok sa bahay niya? may suspetsa ako...meron laman iyon na kung ano...kailangan nating malaman Ben kung anong laman nun...pls call back

Jake: Ben! alam ko nagpromise ako sau na hindi ko papasukin ang bahay ni Maia pero sorry...hindi na kita mahihintay...magkita na lang tayo sa apartment ni Maia...chow!

Nakaramdam ako ng panlulumo nang mabasa ko ang message ni Jake. Nakita ni Maia ang kaba sa aking mukha.

"Bakit, Ben? Anong nangyari?" pag-aalala ni Maia. Mabilis siyang lumapit sa tabi ko at tumingin sa aking telepono.

"Si Jake, Maia. Papasukin niya ang bahay mo! Gusto niyang makita kung anong laman ng malaking cabinet mo!" bulalas ko.

"Ha? Patatayin siya ni Ana, Ben, kapag ginawa niya 'yun! Kailangan natin siyang pigilan. Kailangan natin bumalik sa bahay ko!" giit ni Maia.

Dinayal ko agad ang numero ni Jake habang patakbo kaming lumabas ng bahay ni Tatay Benjie pero hindi sumasagot si Jake.

"Ben! Maia! Anong nangyari? Saan kayo pupunta?" sumisigaw na habol sa amin ni Tatay Benjie paglabas namin ni Maia ng gate.

Hindi na namin nagawang magpaalam kay Kate at Tatay Benjie dahil sa aming pagmamadali. Nakita ko na lang si Kate sa tabi ni Tatay Benjie na nakatingin sa mabilis na pag-alis ng aking tricycle.

Habang lulan ng tricycle, hindi tumigil si Maia sa pag-dial sa aking telepono para tawagan si Jake.

"Ben! Hindi siya sumasagot!" sambit ni Maia. May pag-aalala sa boses niya.

"Huwag kang tumigil sa pag-dial Maia! Tawagan mo si Jake," giit ko kay Maia habang nakatutok sa madilim na kalsada. Tiningnan ko ang speedometer. Nasa 90 na ang takbo ko. Hindi ko na inalintana ang malakas na hanging pumapalo sa aking mukha. Kailangan mapigilan namin si Jake sa pagpasok sa bahay ni Maia. Kailangang makarating kami doon bago pa siya makapasok sa bahay ni Maia. Bago pa niya mabuksan ang cabinet doon at matuklasan ang tungkol kay Ana. Bago pa siya maging biktima ni Ana!

Natatanaw ko na ang balcony ng apartment ni Maia. Saglit lang at nasa tapat na kami nito. Madilim ang loob ng bahay Maia. Walang kahit isang ilaw dito. Halos sabay kaming bumaba ni Maia sa tricycle sa harap ng apartment niya.

"Ben, sana lang wala dito si Jake," sambit ni Maia na tumatangis papalapit sa pintuan. Iniabot niya ang aking telepono. Kinuha ko ito at nag-dial sa huling pagkakataon. Wala pa rin sagot si Jake. Ibinalik ko ang telepono sa bulsa.

"Maia, bukas ang pintuan ng bahay mo," bulong ko kay Maia.

"Narito na si Jake, Ben," nag-aalalang sambit ni Maia habang dahan-dahan itinutulak ang pintuan para buksan.

"Sana wala pa," diin ko. "Maia, di ba sabi mo hindi naman basta pumapatay si Ana?" tanong ko kay Maia. Gusto kong isipin na hindi sasaktan ni Ana si Jake.

"Oo, Ben. Tama ka. Pero kapag inatake si Ana, lumalaban siya at nagiging agresibo," paliwanag ni Maia. "Papasok ako. Wag kang aalis sa likod ko," utos ni Maia.

"Oo, Maia. Sa likod mo lang ako," sang-ayon ko.

Pumasok si Maia. Sumunod ako. Kahit madilim ramdam kong nasa salas na kami.

"Maia, sobrang dilim dito. Wala akong makita," reklamo ko.

"Alam ko, Ben. Pero pag binuksan natin ang ilaw lalong magiging agresibo si Ana. Baka kahit ako ay hindi niya makilala," bulong sa akin ni Maia.

"Ganun ba? Sana lang wala pa dito si Jake," sambit ko. Bigla akong napatingin sa aking kaliwa. Naramdaman ko ang malakas na hanging dumaan sa tabi ko. Narinig ko dito ang mahinang tunog na *'hizzz'*.

"Huwag kang gagalaw, Ben. Nakalabas na ng casket niya si Ana," sambit ni Maia.

"Ha?" nag-aalalang sambit ko. Naramdaman kong paakyat na kami ni Maia sa second floor. Tumigil kami pagdating sa gitna ng hagdanan.

"Ana!" sigaw ni Maia. "Si Maia 'to! May kasama ako, si Ben. Nakilala mo na siya. Paakyat na kami ng second floor. Gusto kong bumalik ka na sa casket mo bago namin buksan ang ilaw!" sigaw ni Maia sa kapatid. Ginulat kami ng malakas na pagaspas ng hangin sa second floor at ang ingay ng mga bumagsak na gamit. Napayuko si Maia dahil sa gulat. Napayuko din ako. Maya-maya ay katahimikan. Pagkatapos ay ang langitngit ng isang pintuan na nagsasara. Bumalik na sa kanyang casket si Ana.

Nagpatuloy sa pag-akyat si Maia. Sumunod ako. Nang marating namin ang second floor, binuksan ni Maia ang ilaw at hindi kami makapaniwala sa aming nakita.

"Jake..." ang mahinang sambit ko. Gusto kong isigaw ng malakas ang pangalan niya pero may parang bumara sa lalamunan ko. Hindi ako makagalaw. Nanginginig ang buo kong katawan. Nakita ko ang pagtalikod ni Maia sa aking tabi. Nakatungo siyang humarap sa pader ng silid. Narinig ko ang paghikbi niya. Pinipigil ang pagluha. Hindi niya makayanang tumingin kay Jake.

"Jake," muli kong sambit ngunit ngayon ay bulong na lang ito. Napaluhod ako sa tabi niya. Mainit ang aking mukha. Mahapdi ang aking mga mata. Nanginig ang aking mga labi.

Walang ng buhay ang matigas na katawan ni Jake sa sahig. Dumikit na ang balat niya sa kanyang buto. Wala ng dugo. Wala ng laman. Wala na ang kanyang mga internal organs. Sa kaliwang kamay niya na buto't balat na lang ay hawak pa niya ang kanyang telepono. Namatay si Jake naghihintay ng tulong ko. Hindi ko na napigilan ang aking sarili. Galit kong pinagsusuntok ang sahig ng aking kamao. Paulit-ulit. Paulit-ulit hanggang sa makita ko ang dugo dito.

"Kasalanan ko 'to! Kasalanan ko 'to! Kasalanan ko 'to, Jake!" ang malakas kong sigaw habang sinusuntok ang sahig ng aking kamao. Tumulo ang mga luha ko sa aking pisngi at pumatak sa sahig. "Kung hindi kita pinilit na patunayang halimaw ako...na may halimaw sa lugar na 'to hindi sana mangyayari ito!' patuloy kong sigaw.

Naramdaman ko ang pagyakap ni Maia sa aking likuran. Mainit ang kanyang mga pisngi. Basa din ito ng luha. Binasa nito ang aking balikat.

"Tama na, Ben. Tama na," bulong ni Maia sa aking leeg. Hinigpitan niya ang pagyakap sa akin.

Nang muli kong tingnan ang halos di na makilalang mukha ni Jake, nakita ko si Samuel. May ngiti sa kanyang mukha habang nakatayo sa parteng ulunan ni Jake. Kinuha ko ang telepono sa kamay ni Jake at ibinato kay Samuel. Lumampas lang ito sa liwanag ng kanyang katawan at tumama sa pader.

"Kasalan mo ito, Samuel! Umalis ka sa harapan ko! Tigilan mo na ang pagsira sa buhay ko!" sigaw ko kay Samuel. At naglaho siya sa aking paningin.

"Ben, tama na please! Tama na," ulit ni Maia. Pinilit niya akong tumayo at pinaupo sa gilid ng kama. Kinuha niya ang puting kumot at tinakpan ang katawan ni Jake. Lumapit si Maia sa aking harapan at tinuyo ang luha sa kanyang mata.

"I'm sorry, Ben," malungkot niyang tinig. "Walang may kasalanan nito kundi si Dominic, Ben. Si Dominic ang dapat magbayad ng lahat ng ito," dagdag ni Maia. Napatingin ako sa kanya.

Tama si Maia. Si Dominic ang dapat kong singilin sa pagkamatay ni Jake. Siya ang dapat managot! Habang nakatingin kay Maia biglang nag-ring ang telepono ko. Inilabas ko ito at nagliwanag ang screen sa harapan namin ni Maya.

UNKNOWN NUMBER CALLING...

Sinagot ko ito. Si Dominic!

Dominic: *Hello, Ben! Si Dominic 'to. Hindi na ko magpapaligoy-ligoy pa. Alam kong ikaw ang kumuha ng aking pera. Kung gusto mo pang makitang buhay ang iyong ina, dalhin mo ang pera sa abandonadong warehouse. Magkita tayo don mamayang hatinggabi!*

CHAPTER 21

BUMAKAS ang takot sa mukha ni Maia pagkatapos kong makausap si Dominic sa telepono. Katulad ko, nag-aalala siya sa kaligtasan ng aking ina. Sa kaligtasan ni Rufa...ni Nanay Rufa. Pareho kaming natulala. Hindi namin naisip ni Maia na idadamay ni Dominic si Rufa. Maya-maya ay nag-vibrate ang telepono ni Maia. Inilabas niya ito at binasa ang message.

"Pinapupunta rin ako ni Dominic sa abandonadong warehouse, Ben!" sambit ni Maia. Lalong nadagdagan ang takot sa kanyang mukha. Nabasa ko ang iniisip niya. Paano kung alam ni Dominic na kasama ko si Maia sa pagkuha ng pera? Ano ang binabalak niyang gawin kay Maia? "Anong gagawin natin, Ben?" nag-aalalang sambit ni Maia.

Hindi agad ako nakasagot sa tanong niya. Napatingin ako sa walang buhay na katawan ni Jake, balot ito ng puting kumot. Nawala na sa akin si Jake. Hindi ako papayag na mawala pa sa akin ang aking ina at si Maia. Napatungo ako at huminga ng malalim. Pagkatapos kong timbangin ang lahat, tumingin muli ako kay Maia.

"Kailangan nating ituloy ang ating plano, Maia," sambit ko. "Kailangan mong makalapit kay Dominic at kunin ang medallion sa leeg niya," dagdag ko. Napaisip si Maia.

"Pero paano kung...."

"Wala na tayong ibang opsyon, Maia," putol ko sa kanya sa dapat sana ay sasabihin niya. "Babalikan ko ang pera kay Tatay Benjie para dalhin kay Dominic," dagdag ko.

"Pumayag kaya ang Tatay Benjie mo na ipadala uli sa 'yo ang pera para iligtas ang Nanay Rufa mo?" tanong ni Maia.

"Hindi ko alam, Maia. Bahala na. Sa palagay ko naman may kaunting halaga pa kay Tatay Benjie si Rufa kaya sa tingin ko ay papayag siya," sagot ko.

"Sana nga pumayag siya, Ben," dalangin ni Maia. Tumayo ako at niyakap siya. Yumakap din si Maia sa akin ng mahigpit.

"Mag-iingat ka, Maia," sambit ko habang nakayakap sa kanya.

"Ikaw din, Ben," sagot niya. Bumitaw ako sa pagkakayakap. Hawak ko na lang siya sa kanyang dalawang braso.

"Tandaan mo, Maia. Aagawin mo lang ang medallion sa leeg kapag sigurado kang nakalingat na si Dominic," paalala ko kay Maia.

"Wag kang mag-alala, Ben, hindi ko kakalimutan 'yan," sagot ni Maia.

"Kailangan ko ng umalis. Kailangan mo na ring pumunta sa warehouse. Baka lalong maghinala sa 'yo si Dominic kung magtatagal ka pa dito," sambit ko.

"Mag-iingat ka, Ben," paalam ni Maia.

Pagbalik ko sa bahay ni Tatay Benjie naihanda na niya ang dalawang bag ng pera katulad ng napag-usapan namin sa telepono. Ikinarga ko ito sa aking tricycle na nakaparada sa tapat ng gate ng bahay niya. Habang ikinakarga ko ang bag ay natanaw ko si Kate na nakasilip sa bintana ng salas. Malungkot ang kanyang mukha. Kumaway siya sa akin. Kumaway din ako. Lumapit ako kay Tatay Benjie para magpaalam.

"Wag ka ng mag-alala kay Kate, Ben. Naipaliwanag ko na sa kanya ang lahat kung bakit kailangan mong kunin uli ang pera. Naintindihan naman niya. Naawa nga siya kay Rufa at galit na galit siya kay Dominic. Kahit daw hindi na siya makalakad basta raw mailigtas mo ang Nanay Rufa mo at maipakulong si Dominic," paliwanag ni Tatay Benjie. Tumingin ako sa kanya.

"Salamat naman kung ganun Tatay Benjie at naintidihan ni Kate. Hindi ko siguro maaatim na sumama ang loob niya sa akin dahil sa pagkuha ko uli ng pera. Wag rin kayong mag-alala, Tatay Benjie. May tiwala ako kay Inspector Dizon sa pangako niya na gagamitin lang namin bilang pain ang dala kong pera at poprotektahan niya itong mabuti para hindi na muling mapasakamay ni Dominic," paliwanag ko rin. Nakatitig sa akin si Tatay Benjie.

"Malaki ang tiwala ko sa kakayahan ni Inspector Dizon, Ben. Pero hindi ito ang dahilan kung bakit ako pumayag na ibigay uli sa 'yo ang pera," saglit tumigil si Tatay Benjie sa pagsasalita. Huminga muna siya ng malalim bago nagpatuloy. "Totoong minahal ko ang iyong ina noong una kaming magkakilala. Si Rufa ang nagpasaya sa pinakamalungkot na bahagi ng buhay ko. Si Rufa ang nagbigay sa akin ng dahilan para magpatuloy na lumaban sa buhay. Lalo na nang malaman kong nagdadalang-tao siya sayo. Mahalagang bahagi kayo ng buhay ko, Ben.

Kaya gusto kong iligtas n'yo ni Inspector Dizon ang iyong ina. Kung makakasama lang ako para makatulong ay gagawin ko," pagtatapat ni Tatay Benjie.

"Wag na, Tatay Benjie. Mawawalan ng kasama si Kate. Mag-aalala rin siya sayo habang malayo ka. Malaking tulong na ang ibigay mo ang pera na 'to para iligtas si Nanay Rufa. Maraming salamat, Itay!" bulalas ko.

"Salamat din, anak. Mag-iingat ka sana!" sagot ni Tatay Benjie habang yakap niya ako ng mahigpit.

"Iligtas mo si Rufa, Ben. Iligtas mo ang iyong ina," habilin ni Tatay Benjie habang papalayo ang aking tricycle.

HABANG papalapit sa abandonadong warehouse para tagpuin si Dominic, pinag-aralan kong mabuti ang huling instruction ni Inspector Dizon sa akin nang makausap ko siya sa telepono bago ako pumunta kay Tatay Benjie. Huwag ko raw ibibigay kay Dominic ang pera hangga't hindi ko nababawi si Nanay Rufa. Mawawalan raw ako ng alas kapag ibinigay ko na ang pera kay Dominic. Magagawa na raw ni Dominic anuman ang gusto niya kapag ginawa ko iyon. Kahit daw ang ipakita ang laman ng dalawang bag ay huwag ko raw gagawin. Kailangan daw ay kaliwaan. Huwag din daw akong magpakita ng takot kay Dominic. Hindi rin daw ako dapat matakot. Marami raw ikinanta si Banjo sa kanila tungkol sa style ng pamamalakad ni Dominic sa kanyang mga tauhan. Si Banjo lang daw ang pinagkakatiwalaan nito. Kaya halos lahat ng kanyang mga tauhan ay hindi kilala ni Dominic. Dahil daw dito madali daw nilang mai-infiltrate ang mga ito. Ibig sabihin daw pwedeng humalo ang mga tauhan ni Inspector Dizon sa mga tauhan ni Dominic para magpanggap na tauhan niya. Wala din daw system of check and balance ang iligal na negosyo ni Dominic. Sa katunayan daw ay hindi pa rin alam ni Dominic hanggang ngayon na nasa kamay na ni Inspector Dizon ang mga batang babaeng menor de edad at si Banjo pati na ang ilang tauhan niya. Ang alam nito ay binabantayan nina Banjo ang mga babae sa isang safe house at ito ay base lang sa isang fake message na pinadala ng grupo ni Inspector Dizon gamit ang cellphone ni Banjo. Pagkatapos sabihin sa akin ni Inspector Dizon ang mga instructions na ito ay sinabi ko naman sa kanya ang tungkol kay Ana, ang halimaw na tinatakot ni Dominic at inuutusang pumatay. Sinabi ko kay Inspector Dizon na sabihin sa mga tauhan niya na hindi sila gagalawin ng halimaw o ni Ana kung hindi nila ito aatakihin or pagbabalakan ng masama. Pinaniwalaan ni Inspector Dizon ang aking mga sinabi at nangakong sasabihin niya ang kanyang mga tauhan. Sinabi ko rin sa kanya ang isa ko pang plano at pumayag naman siya.

Ipinarada ko ang aking tricycle malapit sa gate ng abandonadong warehouse at pagbaba ko dito ay nakatanggap ako ng message kay Inspector Dizon. May mga tauhan na raw siya na nagpapanggap na tauhan ni Dominic. Nabawasan ang aking pag-aalala nang mabasa ko ito. Kampante kong binitbit ang dalawang bag na puno ng pera papasok sa loob ng warehouse.

Madilim ang loob ng warehouse pagpasok ko. Meron lang mga maliliit na bilog ng liwanag sa tabi na galing sa mga spotlight sa taas ng warehouse. Dito nakatayo ang mga tauhan ni Dominic. Nang makita ko ang mga ito, naisip ko kung sino kaya sa kanila ang mga nagpapanggap at mga tauhan ni Inspector Dizon.

Nakita ko ang dalawang malaking bilog ng liwanag sa gitna. Isang basketball court ang layo ng dalawang bilog na ito. Sa unang bilog malayo sa akin ay natanaw ko si Nanay Rufa nakaupo sa isang upuan, nakatali ang kamay sa likod, at may busal ang bibig. Nagpupumilit si Nanay Rufa na makawala. Sa kanang tabi niya nakatayo si Dominic. Nakasuot siya ng puting amerkana at khaki na pants. Maayos pa rin ang pagkakasuklay ng kanyang buhok at sariwa pa rin ang itsura. Kahit sa ganitong sitwasyon ay artistahin pa rin ang dating niya.

Nakita kong nakatayo sa tabi niya si Maia. Nabawasan muli ang aking pag-aalala nang makita ko si Maia na nakatayo sa tabi ni Dominic. Ibig sabihin, walang alam si Dominic na magkasama kami ni Maia na kumuha ng kanyang pera sa The Club.

Katulad ng aking inaasahan, pinadilim nga ni Dominic ang buong warehouse dahil balak niyang gamitin si Ana. Ano kaya ang mararamdaman ni Dominic kapag madiskubre niyang konti na lang ang nakapaligid sa kanya na kakampi niya. Kahit si Ana ay laban sa kanya. Kung hindi lang sa medallion na suot niya ay matagal na siyang naging tanghalian ni Ana.

Lumakad ako sa gitna ng warehouse hanggang sa mapatapat ako sa gitna ng isa pang malaking bilog na liwanag. Ibinaba ko ang dalawang bag na pera doon. Nakita ko si Nanay Rufa. Nanlaki ang mga mata niya at sa tingin ko ay napuno ng awa at takot para sa akin o kaya naman ay ng tuwa dahil dumating ako para iligtas siya. Gumalaw ang ulo niya na parang may sinisigaw. Na-imagine ko ang maaaring sinasabi niya sa likod ng busal sa kanyang bibig. Pwedeng gusto niyang umalis na ako at pabayaan na lang kung anong mangyari sa kanya. O kaya naman ay galit siyang nagtatanong kung bakit ngayon lang ako dumating. Kung anuman ang kanyang isinisigaw, it doesn't matter. Narito ako para iligtas siya. Maaaring masama sa mata ng ibang tao ang trabaho ni Nanay Rufa pero naging mabuti siyang ina para sa kin. Kaya ngayon babawiin ko ang aking ina sa kamay ng tunay na halimaw.

"Ben, itinaas mo ang mga kamay mo. Lalapit ang mga tauhan ko diyan para kunin ang pera!" sigaw ni Dominic. Umalingawngaw ang boses niya sa malawak at walang laman na warehouse.

"Hindi, Dominic!" sigaw ko. Nakita ko ang magkahalong galit at takot sa mukha ni Dominic. Hindi niya inaasahan na sa ganitong sitwasyon ay may lakas ng loob pa akong tumanggi sa kanyang demands. Sinimulan kong gawin ang planong sinabi ko kay Inspector Dizon.

Inilabas ko ang isang bote ng gasolina at binuksan ito. Ibinuhos ko ang likidong laman nito sa dalawang bag na may lamang pera. Itinapon ko ang bote at inilabas ko ang isang lighter. Itinaas ko ito habang nag-aapoy. "Kung hindi mo pakakawalan si Rufa at maayos na hahayaang makarating sa aking tabi, susunugin ko ang pera mo!" buong tapang kong sigaw.

Nakita ko ang galit sa mukha ni Dominic. Hindi ko narinig ang mahinang salitang lumabas sa kanyang bibig. Pero base sa galaw ng kanyang labi alam kong maanghang iyon. Hindi siya makapaniwalang naisahan ko siya.

Inutusan niya ang isang tauhan niya na pakawalan si Nanay Rufa. Nanghihinang tumakbo papalapit sa akin si Nanay Rufa nang makawala. Mahigpit niya akong niyakap paglapit sa akin. Naramdaman ko ang kanyang panghihina at agad ko siyang sinalo nang siya ay bumagsak. Napaupo kaming dalawa ni Rufa. Nabitawan ko ang lighter at namatay ang apoy nito.

"Ano pang ginagawa n'yo mga inutil? Kunin n'yo ang pera at patayin sila!" galit na sigaw ni Dominic sa kanyang mga tauhan. Ngunit napanganga siya sa gulat nang tutukan ng mga tauhan ni Inspector Dizon ang ilang natitira niyang tauhan. Ito ang mga pulis na nagpanggap na tauhan ni Dominic. Kasunod nito ay ang malakas na sigaw ni Inspector Dizon pagpasok sa loob ng warehouse kasama ang iba pang miyembro ng operatiba.

"Walang kikilos ng masama! Mga pulis 'to!" ang malakas na sigaw ni Inspector Dizon.

"Hindi!" sigaw naman ni Dominic nang makita ang pagpasok ng mga pulis.

Hindi ko inalis ang tingin kay Dominic. Nakita kong bumunot siya ng baril sabay kapa sa medallion sa kanyang dibdib. Uutusan na niya si Ana. Pero hanggang kapa na lang ang nagawa niya dahil....

Wala na doon ang kanyang medallion.

Nang makita niyang wala na ang medallion na nagbibigay sa kanya ng lakas ay mabilis siyang bumagsak sa sahig na parang gulay. Kitang-kita ko sa mga mata ni Dominic ang pagtataka kung anung nangyari, ang takot, ang panlulumo, ang itsura ng pagkatalo dahil sa oras na iyon ay bumalik ang kalagayan niya noong bata pa siya, noong may bumu-bully pa sa kanya. Bumalik si Dominic sa pagiging lumpo niya.

Nabitawan ni Dominic ang baril na hawak pag bagsak sa sahig. Sinipa ito ni Maia papalayo. Habang nakahandusay, nanlaki ang mga mata ni Dominic nang makita niya si Maia sa kanyang tabi, nakatayo, at sa kamay ni Maia ay nakita ni Dominic ang mahiwaga niyang medallion.

"Maia, ibigay mo yan sa akin! Maawa ka! Isabit mo 'yan sa aking leeg," pagmamakaawa ni Dominic habang gumagapang na parang ahas papalapit kay Maia.

Ngunit natigil ang paggalaw ng lahat nang maramdaman namin ang pagpasok ng isang malakas na hangin sa loob ng warehouse at tumigil sa madilim na likuran ni Dominic. Umungol ito na parang isang mabangis na hayop. Nang marinig namin ang mabangis na angal nito ay walang kahit isang gumawa ng ingay sa amin. Kahit ang gumalaw ay hindi namin ginawa.

Si Ana! Naibulong ko na lang sa aking sarili.

"Tulungan mo ako, Maia. Maawa ka sa 'kin," patuloy na pagsusumamo ni Dominic. Naramdaman niyang papalapit na si Ana sa kanya.

Sinubukang gumapang papalayo ni Dominic mula sa dilim para pumunta sa gitna ng bilog na liwanag ngunit nakita ng lahat nang hilahin siya ng isang maputlang kamay na may matutulis na kuko. Nang mawala sa dilim si Dominic ay wala na kaming narinig kundi ang isang malakas na sigaw ng pagmamakaawa.

"Wagggggg!!!!!" sigaw ni Dominic.

Pagkatapos noon ay wala man lang kaming nakita kahit anino ni Ana. Mula sa loob ng warehouse, parang isang malakas na hanging dumaan sa dilim si Ana at biglang nawala.

Habang nakaupo, nakita kong nagkamalay na si Nanay Rufa sa aking kandungan. Nakita kong may tinitingnan siya at siya ay ngumiti. Namalayan ko na lang na nakatingin siya kay Maia na noon ay nakaluhod na sa aking tabi. Niyakap ako ni Maia. Niyakap namin si Nanay Rufa.

CHAPTER 22

MATAMIS ang ngiti ni Kate habang sumasayaw na parang balerina sa gitna ng entablado. Nagpaikot-ikot sa hangin ang medallion sa kanyang dibdib. Naglaro naman sa hangin ang laylayan ng kulay asul niyang damit-prinsesa. Ito rin ang damit ng paborito niyang si Elsa sa movie na Frozen. Sa bawat galaw ng mga paa ni Kate at bawat indak ng malambot niyang katawan ay napapa-palakpak ang lahat: ang kanyang mga kaklase at mga guro, ang kanyang mga kaibigan, at syempre, kami na kanyang pamilya.

"Ang galing sumayaw ni Kate!" nakangiting sambit ni Maia kasabay ng paghawak sa kamay ko. Pinisil ko ang malambot niyang kamay. Sinilip ko si Nanay Rufa sa di kalayuang hanay ng upuan. Masaya siyang nanunood katabi ni Banjo. Nakangiti rin si Banjo. Malaki ang pinagbago ni Banjo pagkatapos ng lahat. Totoo ang kasabihan — lumalambot lang ang bakal sa ibabaw ng apoy. At dito mo lang siya pwedeng hulmahin. Bagong hulma na si Banjo. Naalala ko noong pinapahirapan siya ng mga tauhan ni Inspector Dizon. Ito kaya ang nagpabago sa kanya ngayon? Kung anuman ang dahilan, masaya ako dahil masaya silang nagsasama ni Nanay Rufa. Ginawang asset ni Inspector Dizon si Banjo. Si Banjo ang taga-infiltrate ni Inspector Dizon sa mga iba't ibang klase ng sindikato. At dahil nagustuhan ni Banjo ang mga gawaing pulis, kumukuha siya ngayon ng kursong

Criminology habang nagtatrabaho bilang asset ni Inspector Dizon.

Madaling natanggap ni Inspector Dizon ang pagkamatay ni Jake. Nang malaman niya ang ginawa ni Jake na breaking and entering sa bahay ni Maia ay hindi niya malaman kung sino ang sisihin niya, si Ana ba o si Jake. In the end, humingi siya ng paunmanhin kay Maia sa pagiging reckless ng bunsong kapatid niya. Ipinasara ni Inspector Dizon ang The Club at iniligtas ang mga menor de edad na babaeng biktima ni Dominic. Tinulungan naman ni Nanay Rufa ang mga biktima na magkaroon ng trabaho. Bilang marketing manager ng isang beauty products company, ginawang mga sales agent ni Nanay Rufa ang mga ito.

"Ben, utang ko sa 'yo ang lahat," masayang sambit ni Tatay Benjie sa aking tabi habang pinapalakpakan si Kate. "Ikaw ang dahilan kung bakit nakakalakad ngayon si Kate," dagdag niya. Tiningnan ko siya para magpasalamat din.

"Salamat din, Tatay Benjie, kasi kung hindi dahil sa 'yo, hindi ko maililigtas ang buhay ni Nanay Rufa sa kamay ni Dominic," giit ko. Napakunot siya ng noo na parang may naisip bigla.

"Teka nga pala Ben," sambit niya habang seryosong nakatingin sa akin." Paano mo ba nailigtas si Rufa at nakuha at the same time ang medallion sa manyakis na matandang si Dominic na 'yun?" tanong ni Tatay Benjie.

Natigilan ako sa aking narinig. Parang may malamig na hanging bumalot sa buo kong katawan. Matanda? Matandang Dominic? Medallion? Dalawa ang medallion. Dalawa ang Dominic? May nagpanggap na isa? Sino ang isa? Sino ang nakausap ni Tatay Benjie na nagpanggap na Dominic na meron ding kaparehong medallion na suot? Bigla akong napatayo sa aking kinauupuan. Nabitawan ko ang kamay ni Maia. Hindi ko na nagawang sagutin pa ang tanong ni Tatay Benjie. Hindi ko na napansin ang pagtawag ni Tatay Benjie at Maia nagtatanong kung saan ako pupunta. Nanginginig ang aking mga kamay. Hindi sa lamig kundi dahil sa galit. Mainit ang aking mukha. Makati ang aking gilagid. Parang gustong tubuan ng ngipin. Hindi ako makahinga at nanlalabo ang aking mga mata. Hindi ako makapaniwala sa katotohanang nakita ko sa aking isipan. Ngayon ay alam ko na. Lalong uminit at nagsisikip ang aking dibdib. Tumakbo ako papalabas ng gusali. Malamig ang gabi ngunit nagbabaga ang buo kong katawan. Parang may sasabog sa loob nito. Hindi ako mapakali. Umiikot ang aking paligid. Namalayan ko na lang na mabilis akong tumatakbo. Pabilis ng pabilis. Hindi ako nakaramdam ng pagod. Hindi ako nakaramdam ng pagsakit ng mga paa. Parang hindi na lumalapat ang mga paa ko sa lupa. Para akong isang....isang hangin. Isang hanging lumilipad sa dilim...katulad ni Ana. Si Ana! Kasabay kong tumatakbo si Ana? Hindi! Kasabay kong lumilipad sa hangin. Lumusot kami sa dilim at tumigil sa gubat. Tumigil si Ana sa paglipad. Tumigil din ako. Lumapat ang mga paa ko sa lupa. Sa lupa nakatapak si Ana. Nakita ko ang tunay niyang itsura. Para siyang gagamba. Nagliliwanag ang mabangis niyang mga mata. Nakakubli sa nakalugay niyang itim at mahabang buhok. Nakangiti siya. Hindi! Nakalabas ang mga pangil niya. Payat ang katawan niya at maputla ang kanyang balat. Mahaba ang kanyang mga kuko. Nakabaon ito sa lupa...sa gubat. Sa gubat? Nasa gitna kami ng gubat. Hinahanap namin si Mang Luis. Tumingin si Ana sa lumang cottage sa gitna ng gubat. Parang itinuturo niya ito sa akin. Tumingin ako sa lumang cottage at nagtago si Ana sa dilim.

"O Ben," sambit ni Mang Luis paglabas ng lumang cottage. "Ginulat mo ako. Anong kailangan mo sa ganitong dis oras ng gabi?" pagtataka niya. May takot sa tinig ni Mang Luis. Nakakapagtakang naamoy ko ito. Hindi ko siya sinagot. Hindi siya gumalaw. Nakatitig lang siya sa akin. Nakatayo lang ako sa kanyang harapan.

Tumingin si Mang Luis sa kadilimang bumabalot sa kanya ngayon. Naririnig niya ang mabangis na ungol ni Ana.

"Anong kailangan mo, Ben?" galit niyang tanong.

"Ikaw ang humalay kay Ana. Hindi si Dominic," mahinahong sambit ko.

"Anong pinagsasabi mo, Ben? Sinabi ko na sa 'yo. Si Dominic!" sigaw niya.

"Ikaw ang pumutol ng dila ni Mang Greg. Hindi si Dominic," patuloy ko. Dahan-dahan akong humakbang papalapit kay Mang Luis. Napaurong siya.

"Wala akong alam sa sinasabi mo, Ben!" nanginig ang tinig ni Mang Luis. Napatingin siya sa kanyang kaliwa. Narinig niya dito ang mabangis na ungol ni Ana. Inaninag niya ito ngunit wala siyang nakita. Bumakas ang takot sa kanyang mukha.

Hinawakan niya ang medallion at itinaas sa harapan niya.

"Hindi kayo makakalapit sa akin. Mga kampon ng kadiliman!" sigaw niya habang namimilog ang mga mata.

"Ikaw ang pumunta sa bahay ni kagawad Benjie at nagtangkang humalay kay Kate," dagdag ko habang papalapit sa kanya.

"Wala akong alam sa sinasabi mo!" tanggi ni Mang Luis.

Hindi na natiis ni Ana ang galit at lumabas ito mula sa dilim. Tumalon ito sa harap ni Mang Luis ngunit napaurong lang si Ana na parang asong nabahag ang buntot nang makita niya ang medallion. Nasusunog si Ana sa harap nito.

Napuno ng galit ang aking katawan nang makita ko ito. Naramdaman ko ang paglabas ng dalawang pangil sa aking bibig. Sa isang iglap ay muli akong naging hangin at lumipad. Sinakal ko si Mang Luis sa leeg paglapit ko. Nakita ko ang mahahaba kong kuko. Itinutok niya sa mukha ko ang medallion ngunit wala itong epekto.

"Hindi maaari! Paanong walang epekto sa 'yo ang medallion? At bakit hindi ko naramdamang aswang ka noong nagpatingin ka?" pagtataka ni Mang Luis.

"Hindi mo ba nabasa ang nasusulat, Mang Luis?" bulong ko sa kanyang tainga. "Kahit ang kampon ng demonyo ay may kakahayang magpanggap na anghel," sambit ko. Tiningnan ko ang namimilog niyang mga mata. Nang hindi na siya makapalag, kinagat ko ang leeg niya. Bumaon dito hanggang dulo ang pangil ko. Doon ko sinipsip ang kanyang dugo at laman hanggang sa maubos ko ito. Tinanggal ko ang medallion sa kanyang leeg. Bumagsak si Mang Luis sa lupa. Dilat ang mga mata. Walang buhay. Habang inuubos ni Ana ang internal organs ni Mang Luis, sinunog ko ang lumang cottage kasama ng medallion niya.

Tinawag ko si Ana at ako ay narinig niya. Lumapit siya sa akin, nawala na ang mabangis niyang itsura. Tama si Maia. Kamukhang-kamukha niya si Kate. Hinawakan niya ang aking kamay at doon ay ipinakita ni Ana ang katotohanan sa aking alaala. Kaming dalawa ang pumatay sa mga VIP customer ni Maia. Ako ang uminom ng dugo. Si Ana ang kumain ng laman. Kaming dalawa lamang wala ng iba. Kaming dalawa ni Ana...ang pangil sa dilim!

WAKAS

About the Author

M.R. Combalecer

M.R. Combalecer is a graduate of Finance and Computer Programming with System Analysis. He worked as an accountant and an I.T. instructor. His love for films and novels led him to writing. He likes thriller, horror, and mystery.

www.ingramcontent.com/pod-product-compliance
Lightning Source LLC
LaVergne TN
LVHW091636070526
838199LV00044B/1092